நாள் மலர்கள்

நாள் மலர்கள்

தொ. பரமசிவன் (1950–2020)

தொ.ப. என்று அழைக்கப்பட்ட பேராசிரியர் தொ. பரமசிவன் தமிழகத்தின் முன்னணி ஆய்வாளர்களுள் ஒருவராகத் திகழ்ந்தார். இவருடைய 'அழகர் கோயில்' அதுவரையிலான கோயில் ஆய்வு நூல்களின் எல்லைகளை விஸ்தரித்தது. பல குறுநூல்களையும் தொ.ப. எழுதியுள்ளார்.

மனோன்மணியம் சுந்தரனார் பல்கலைக்கழகத்தின் தமிழ்த் துறைத் தலைவராகப் பணியாற்றிய தொ.ப. தனது பணிக் காலத்திலேயே விருப்ப ஓய்வு பெற்றார்.

தொ.ப. டிசம்பர் 24, 2020 அன்று பாளையங்கோட்டையில் காலமானார்.

தொ. பரமசிவனின் பிற நூல்கள்
[காலச்சுவடு வெளியீடு]

கட்டுரைகள்

- பண்பாட்டு அசைவுகள்
- அறியப்படாத தமிழகம்
- தெய்வம் என்பதோர்...
- இதுவே சனநாயகம்!
- பாளையங்கோட்டை வரலாறு
- நீராட்டும் ஆறாட்டும்
- தெய்வங்களும் சமூக மரபுகளும்
- அழகர் கோயில்

நேர்காணல்

- தொ. பரமசிவன் நேர்காணல்கள்

தொ. பரமசிவன்

நாள் மலர்கள்

காலச்சுவடு பதிப்பகம்

● அன்பார்ந்த வாசகருக்கு,

வணக்கம்.

காலச்சுவடு நூலை வாங்கியமைக்கு நன்றி.

நூலின் உள்ளடக்கம், உருவாக்கம், அட்டைப்படம் இன்ன பிற அம்சங்கள் பற்றிய உங்கள் கருத்துகளையும் ஆலோசனைகளையும் காலச்சுவடு வரவேற்கிறது. தகவல், எழுத்து, வாக்கியப் பிழைகள் தென்பட்டால் கட்டாயம் தெரிவித்து உதவுங்கள். நூல் தயாரிப்பில் கடும் குறைபாடு இருப்பின் மாற்றுப் பிரதி உங்களுக்குக் கிடைக்கக் காலச்சுவடு ஏற்பாடு செய்யும்.

மின்னஞ்சல்: **publisher@kalachuvadu.com**

காலச்சுவடு நாகர்கோவில் தலைமையகத்துக்கும் கடிதம் அனுப்பலாம்.

தங்கள்
எஸ்.ஆர். சுந்தரம் (கண்ணன்)
பதிப்பாளர் – நிர்வாக இயக்குநர்

நாள் மலர்கள் ✦ கட்டுரைகள் ✦ ஆசிரியர்: தொ. பரமசிவன் ✦ முதல் பதிப்பு: டிசம்பர் 2000 ✦ காலச்சுவடு முதல் பதிப்பு: டிசம்பர் 2022 ✦ வெளியீடு: காலச்சுவடு பப்ளிகேஷன்ஸ் (பி) லிட்., 669, கே.பி. சாலை, நாகர்கோவில் 629001

காலச்சுவடு பதிப்பக வெளியீடு: 1161

naaL malarkaL ✦ Essays ✦ Author: Tho. Paramasivan ✦ Language: Tamil ✦First Edition: December 2000 Kalachuvadu First Edition: December 2022 ✦ Size: Crown ✦ Paper: 16 kg maplitho ✦ Pages: 104

Published by Kalachuvadu Publications Pvt. Ltd., 669, K.P. Road, Nagercoil 629001, India ✦ Phone: 91-4652-278525 ✦ e-mail: publications@kalachuvadu.com ✦ Printed at Mani Offset, Chennai 600077

ISBN: 978-81-960153-8-1

12/2022/S.No. 1161, kcp 4128, 16 (1) rsss

பொருளடக்கம்

அணிந்துரை: நறுமணப் பரவல் தரும் தேன்மது	9
முதற்பதிப்பின் முன்னுரை	17
1. கல்லெழுத்துகள்	19
2. கம்பனின் அறிமுகம்	27
3. அடிகளாரின் அரசியல்	33
4. புதுமையாளர் பாரதி	40
5. அறிவியல் தமிழ்	47
6. பக்தியும் பாட்டும்	54
7. தமிழ் இதழியல்	61
8. மதுரை மாநகர்	68
9. தமிழ் உரைநடை	75
10. இலக்கியமும் சிற்பமும்	82
11. கவிதை மொழிபெயர்ப்பு	89
12. அகராதிக் கலை	97

அணிந்துரை

நறுமணப் பரவல் தரும் தேன்மது

தமிழிலக்கியப் பாடத்திட்டத்தில் 'இக்கால இலக்கியம்' என்றொரு தாள் உண்டு. இளங்கலை யிலும் முதுகலையிலும் முதற்பருவத்தில் இத்தாளை வைத்திருப்பார்கள். நிர்பந்தம் ஏற்பட்டால் தவிர இப்பாடத்தை நான் எடுக்க மாட்டேன். நவீன இலக்கிய எழுத்தாளனாக இருக்கிறீர்கள், நீங்கள்தானே இப்பாடத்தை நடத்த வேண்டும் எனச் சக பேராசிரியர்கள் கேட்பதுண்டு. 'நான் எழுதுபவன். நீங்கள் படிப்பவர்கள். இப்படியாவது நவீன இலக்கியத்தை வாசியுங்கள்' என்று சிரித்தபடி சொல்லிக் கடந்துவிடுவேன். உண்மையில் அப்பாடத்தை எடுத்து நடத்துவதில் எனக்கு விருப்பமில்லை. கற்பிப்பதற்கு வாகில்லாத பகுதிகளும் நூல்களுமே அதன் அலகுகளில் இடம்பெற்றிருக்கும். நவீன இலக்கியத்தைப் போலிசெய்யும் நூல்கள் அவை. பாடத்திட்டத்தில் வைத்தால் பணம் சம்பாதிக்கலாம் என்பதற்காகத் தமிழாசிரியர்களே சில நூல்களை எழுதியிருப்பர். அவற்றைத் தம்

செல்வாக்கால் எப்படியாவது உள்ளே நுழைத்துவிடுவர். கற்பிக்கவும் கற்கவும் ஏற்பில்லாத இத்தகைய நூல்களின் முகத்தில் விழிக்க மனமில்லாமல்தான் அப்பாடத்தைத் துறந்திருக்கிறேன்.

இளங்கலைப் பட்ட வகுப்புப் பயிலும் எல்லாத் துறை மாணவர்களுக்கும் 'பொதுத்தமிழ்' உண்டு. ஏதேனும் ஒன்றோ இரண்டோ வகுப்புகளுக்கு அப்பாடத்தைக் கற்பிக்கச் சென்றுதான் ஆக வேண்டும். நான்கு பருவத்திற்கும் பொதுத்தமிழ் இருக்கும். ஒவ்வொரு தாளிலும் ஐந்து அலகு. ஓரலகில் நவீன இலக்கியப் பாடநூல் ஒன்று முழுமையாக வைக்கப்பட்டிருக்கும். கட்டுரைத் தொகுப்பு, சிறுகதைத் தொகுப்பு, நாவல், நாடகம் எனப் பருவ வரிசைக்கிரமம் இருக்கும். பொதுத்தமிழ்ப் பாடத்திட்டத்தில் ஒரு நூலை நுழைக்கக் கடும்போட்டி நிலவும். இளங்கலை பயிலும் எல்லா மாணவர்களுக்கும் உரிய பாடத்திட்டம் என்பதால் அதில் இடம்பெற்றால் பெரிய எண்ணிக்கையில் விற்பனை இருக்கும். பாடத்திட்டம் மூன்று ஆண்டுகளுக்கு மாறாது. விற்பனை ஜோராக இருக்கும். ஆகவே இதில் பலவகை ஊழல்கள் நடக்கும்.

பல்கலைக்கழகப் பேராசிரியர்கள் சிலருக்கு அவர்கள் பெறும் ஊதியம் போதுவதில்லை. ஆகவே கூடுதல் வருமானம் கிடைக்கும் எந்த வாய்ப்பையும் விட மாட்டார்கள். அவற்றில் ஒன்று பாடத்திட்டத்திற்கு நூல்கள் எழுதுவது. பாடத்திட்டத்திற்கெனக் கட்டுரைத் தொகுப்புகளையும் சிறுகதைகளையும் எழுதி வெளியிட்ட பேராசிரியர்கள் பலருண்டு. தம் செல்வாக்கையும் தொடர்புகளையும் பயன்படுத்தி வெவ்வேறு பல்கலைக்கழகங்களிலும் பாடத்தில் வைக்கும் நுட்பம் பிடிபட்டவர்கள் அவர்கள். அந்நூல்கள் வகுப்பறையோடு முடிந்துவிடும். பின்னர் பழைய புத்தகக் கடைகளில் மட்டும் கிடைக்கும். ஆனால் அவை பல லட்சம் வருமானம் கொடுத்த பொக்கிஷங்கள்

என்பது வெளியுலகில் யாருக்கும் தெரியாது. காலாவதி யான எழுத்தாளர்கள் எழுதிய பொருத்தமற்ற நூல்களும் பாடத்திட்டத்திற்குள் நுழையும். அது பதிப்பகத்தார் செய்யும் திருவினை. சில பதிப்பகத்தார் இந்தப் பாடத்திட்ட வாய்ப்பைப் பல்லாண்டுகளாகத் தம் கையில் வைத்திருக்கின்றனர். பாடத்திட்டக் குழுவில் இருப்போரை உரியவகையில் கவனித்தல் அவர்களுக்குக் கைவந்த கலை. கல்லூரிகளின் தமிழ்த்துறைகளுக்கு எல்லா வகைச் சலுகைகளையும் தந்து அவர்களோடு நல்லுறவைப் பேணும் சந்தைத் தந்திரம் கற்றவர்கள்.

பாடநூல் புத்தகச் சந்தைக் கருமாந்திரம் எப்படியோ போகட்டும். கற்பித்தலுக்கும் கற்றலுக்கும் ஏற்ற நூலாக இருந்துவிட்டால் ஆசிரியர்களுக்கும் மாணவர்களுக்கும் பிரச்சினையில்லை. அப்படி அமைவது அரிதினும் அரிது. 2001ஆம் ஆண்டு எங்கள் பல்கலைக்கழகத்தில் அப்படியோர் அரிய காரியம் நடந்தது. தொ. பரமசிவன் எழுதிய 'நாள் மலர்கள்' என்னும் தலைப்பிலான கட்டுரைத் தொகுப்பு பாடநூலாக வைக்கப்பட்டது. பொதுத்தமிழ்க் கற்பித்தலின் நோக்கத்தை உணர்ந்து எழுதப்பட்ட நூல் அது. அந்நூல் பாடத்தில் இருந்த மூன்று ஆண்டுகளும் எனக்குக் கொண்டாட்டமாக இருந்தது. கற்பித்தலை மகிழ்ச்சியாக மேற்கொள்ள முடிந்தது. மாணவர்கள் முகத்தில் உற்சாகத்தையும் அறிவார்ந்த பெருமிதத்தையும் காண முடிந்தது.

தமிழிலக்கியம் அல்லாத பிறவற்றை முதன்மைப் பாடமாகப் பயிலும் மாணவர்களுக்குப் பொதுத்தமிழ் வகுப்பு இளைப்பாறல் தரும். இருக்கையில் இறுக்கத்துடன் அமர்ந்திருக்க வேண்டியதில்லை. அந்தப் பக்கம் இந்தப் பக்கம் அசையலாம்; சிரிக்கலாம்; கொஞ்சம் பேசலாம். இந்தச் சுதந்திர உணர்வை எல்லைக்குள் வைத்தபடி பாடத்தை நடத்த வேண்டும். சற்றே இடம் கொடுத்தால் தமிழாசிரியரைக் கேலிக்குரியவர் ஆக்கிவிடுவார்கள்.

ஆசிரியர் மீதான மதிப்பு எப்படியிருக்கிறதோ அதற் கேற்பவே பாடத்தின் மீதும் மதிப்பிருக்கும். ஒன்றுக்கு மேற்பட்ட வகுப்பு மாணவர்களை ஒரே வகுப்பறையில் ஒருங்கிணைத்துப் பெருங்கூட்டத்திற்குப் பொதுத்தமிழ் நடத்தும் நிர்பந்தமும் உண்டு. இந்த நடைமுறைப் பிரச்சினைகளையும் கருத்தில்கொண்டு பாட நூல்களைத் தேர்வு செய்ய வேண்டும். அப்படியானால் சுவையான கற்பித்தலுக்கு ஏற்றமாதிரி நூல் தேவை. அது அறிவூட்டுவ தாகவும் பார்வையை வழங்குவதாகவும் இருக்க வேண்டும். இவற்றையெல்லாம் கருத்தில் கொண்டு தொ.ப. எழுதிய நூல் 'நாள் மலர்கள்.'

'17 வயதிற்கு மேற்பட்ட மாணவன் பல துறையியல் சார்ந்த அறிவுத்திறத்தை அமைத்துக்கொள்வதில் தமிழ்ப் பாடநூல்களும் எழுத்தாளர்களும் போதிய அக்கறை செலுத்தியதாகச் சொல்ல முடியாது. இலக்கியங்கள் உணர்த்தும் பல்வகை விழுமியங்களோடு நிகழ் சமூகத் தேவை பற்றிய சிந்தனைகளும் நம்முடைய இளைஞர் களுக்குத் தேவை. இத்தகைய எண்ணங்களை அவர்கள் நெஞ்சில் ஊன்றும் வகையில் இக்கட்டுரை நூல் ஒரு சிறு முன்முயற்சியாகும்' என்று இந்நூலின் முன்னுரையில் தொ.ப. குறிப்பிட்டுள்ளார். பொதுத்தமிழுக்கான பாட நூல் எத்தகைய நோக்கத்தைக் கொண்டிருக்க வேண்டும் என்னும் தெளிவுடன் எழுதப்பட்டது இது.

'நாள் மலர்கள்' என்னும் தலைப்பில் பாரதிதாசன் நூல் (1978, பூம்புகார் பிரசுரம்) ஒன்றுண்டு. அவரது இறப்புக்குப் பிறகு தொகுக்கப்பட்ட நூல் இது. 'அன்றன்று கிடைத்த செய்திகளைச் சுற்றியோ தம் கருத்தைக் கவர்ந்த நிகழ்ச்சிகளை நினைவுறுத்தியோ பாவேந்தர் புனைந்த பாடல்கள், அவர் நெஞ்சத் தோட்டத்திலே பூத்த 'நாள் மலர்கள்' ஆகும்' என அந்நூலுக்கான பெயர்க்காரணத்தை அவரது மகன் மன்னர் மன்னன் குறிப்பிட்டுள்ளார். அன்றன்று பூத்த மலர்களே 'நாள்

மலர்கள்.' அவை மலர்ச்சியின் பொலிவு கொண்டவை. நறுமணப் பரவல் தரும் தேன்மது நிறைந்தவை. கண்டதும் மகிழ்வூட்டுபவை. பாவேந்தரின் நூலுக்கு அமைந்த அத்தலைப்பைப் பாடநூல் ஒன்றுக்குச் சூட்டியது மிகவும் பொருத்தம்.

இத்தொகுப்பில் பன்னிரண்டு கட்டுரைகள் உள்ளன. ஒவ்வொன்றும் ஒவ்வொரு நாள் மலர்தான். மாணவர்களுக்கு எடுத்துச்சொல்ல வாகாக ஒவ்வொரு கட்டுரையிலும் பல்வேறு தகவல்கள் உள்ளன. அத்துடன் கூடுதல் தகவல்களைச் சொல்வதற்கான இடைவெளிகள் உள்ளன. ஒவ்வொன்றும் புத்தம்புதிது. நேற்றுச் சொன்னதைப்போல இன்றைக்குச் சொல்ல வேண்டிய தில்லை. கல்வெட்டுகள் தொடர்பாக ஒருநாள் பேசினால் அடுத்த நாள் கம்பனைப் பற்றிப் பேசலாம். முதல்நாள் இதழியல் குறித்துக் கண்டால் மறுநாள் மதுரை மாநகர் வரலாற்றைக் காணலாம். இலக்கியத்தையும் சிற்பத்தையும் இணைக்கும் கட்டுரை இலக்கிய உணர்வை மட்டுமல்ல, சிற்பத்தைக் காணும் விதத்தையும் பயிற்றுவிக்கிறது. தமிழ் இலக்கியப் பெரும்பரப்பைச் சில கட்டுரைகள் தழுவிச் செல்கின்றன. அரசியல், மொழிபெயர்ப்பு, அறிவியல் தமிழ், இதழியல், அகராதி, சிற்பம், வரலாறு உள்ளிட்ட பல்வேறு துறைகளைக் கட்டுரைகள் அறிமுகப்படுத்து கின்றன.

நூல் முழுவதுமாக ஊடாடும் பார்வை தமிழ்ச் சமூகத்தின் பல்வேறு செல்வங்களை அறிந்து துய்த்தல் என்பது. தமிழ்ப் பெருமை பேசுவதாகவோ வெறும் தகவல் அடுக்காகவோ எந்தக் கட்டுரையும் இல்லை. ஒவ்வொரு கட்டுரையிலும் தகவல்களும் பார்வையும் இயைந்திருக்கின்றன. மதுரை மாநகரம் பற்றிய கட்டுரை வரலாற்றில் தமிழர்களின் பண்பாட்டுத் தலைநகரமாக அது தொடர்ந்து விளங்கிவருகிறது என்னும் பார்வையை முன்வைக்கிறது. தமிழக வரலாற்றில் இடையறாது

தொடர்ந்து பதிவுபெற்றுள்ள நகரங்கள் மதுரையும் காஞ்சிபுரமும்தான் என்னும் முக்கியமான தகவலைக் கட்டுரை போகிறபோக்கில் சொல்லிச்செல்கிறது. இந்த ஒரேஒரு தகவலைக் கொண்டு மதுரைக்காஞ்சி, சிலப்பதிகாரம், பெரியபுராணம், திருவிளையாடற்புராணம், தமிழ்விடுதூது, மதுரைக் கலம்பகம் எனப் பல நூல்களை மாணவர்களுக்கு அறிமுகப்படுத்த இயலும்.

இந்த நூலைக் கற்பித்த காலமான 2001–2002ஆம் கல்வியாண்டின் முதல் மூன்றாண்டுகள் என் நினைவில் நன்கு பதிந்திருக்கின்றன. பொதுத்தமிழ்ப் பாடத்திற்கு மொத்தம் தொண்ணூறு வகுப்புகள். ஆசிரியர் பற்றாக்குறை யால் வாரத்திற்கு இரண்டு மணிநேரம் குறைந்துவிடும். முதலாண்டு மாணவர்கள் கல்லூரியில் சேர்ந்து வகுப்புக்கு வருவதற்குள் ஒருமாதம் கடந்துவிடும். அதற்கான மணிநேரங்களும் போய்விடும். ஆசிரியர் எடுக்கும் விடுப்பு எல்லாம் கணக்கிட்டால் இப்பாடத்தை நடத்த அதிகபட்சம் ஐம்பது மணிநேரம் கிடைத்தால் பெரிது. ஒவ்வொரு அலகுக்கும் பத்து மணிநேரம் எனக் கொள்ளலாம். ‘நாள் மலர்கள்’ நூலில் உள்ள ஒவ்வொரு கட்டுரைக்கும் இரண்டு மணிநேரம் வேண்டும் என்பது என் கணக்கு. அதற்கு வாய்க்கவில்லை. ஆகவே சில கட்டுரைகளுக்கு மட்டும் இரண்டு மணிநேரம் எடுத்துக்கொண்டு மற்றவற்றை ஒவ்வொரு மணிநேரத்தில் நடத்தி முடிக்கும் வகையில் திட்டமிட்டுக் கொண்டேன். இந்நூலைக் கற்பிக்க ஏறத்தாழப் பதினைந்து மணிநேரம் எடுத்திருப்பேன்.

‘கல்லெழுத்துகள்’ முதல் கட்டுரை. இது தமிழ்நாட்டுக் கல்வெட்டுகளைப் பற்றியது. கல்வெட்டு அறிமுகம், அவை வரலாற்று ஆவணமாகும் முக்கியத்துவம், தமிழக வரலாற்றுக்கு அவை செய்திருக்கும் பங்களிப்பு ஆகியவற்றை எல்லாம் விரிவாக எடுத்துரைப்பேன். அதில் அதியமான் பற்றி வரும் பகுதியை நன்றாக விரிக்கலாம்.

கட்டுரையைச் சுவையாக எடுத்துச்சொல்ல சில கூறுகளும் அதிலேயே இருக்கின்றன. கல்வெட்டில் இடம்பெறும் ரசனையான பாடல் ஒன்றைத் தொ.ப. எடுத்துக் காட்டுகிறார். அதை விளக்கும்போது கல்வெட்டிலிருந்து விலகி இலக்கியக் கற்பித்தலுக்கு மாறிவிடலாம். கல்வெட்டு பற்றிப் பேசுவது வறட்சியானது என்னும் பொதுப்பார்வையைத் தேர்ந்துகொள்ளும் தகவல்கள், அவற்றைக் கோக்கும் முறை முதலியவற்றால் எளிதாக மாற்றிவிடுகிறார். அது கற்பித்தலுக்கும் கற்றலுக்கும் ஆர்வமூட்டுவதாகிறது.

கட்டுரைகள் காலத்தால் நவீனத்தன்மை கொண்டிருக் கின்றன. கம்பராமாயணத்தில் பாத்திர அறிமுகம் பற்றிய கட்டுரை, இன்றைய காலத்தில் அறிமுகங்கள் அமையும் விதம் பற்றியும் அவற்றை மேற்கொள்ளல் தொடர்பான விவாதத்தை முன்னெடுப்பதாகவும் இருக்கிறது. உமர்கய்யாம் கவிதை ஒன்றின் மூன்று தமிழ் மொழிபெயர்ப்புகளை எடுத்து ஒரு கட்டுரையில் ஒப்பிடுகிறார். மொழி, சொல் தேர்வு, கவிதைக் கூறுகள், மொழிபெயர்ப்பு ஆகியவற்றை நவீன காலத்தோடு தொடர்புறுத்தும் கட்டுரை இது. இவை மாணவர்களோடு உரையாட வழிவைத்திருப்பவை. இந்நூலைப் பாடம் நடத்தும்போது விளக்கிப்பேசுதல், வினாவுதல், உரையாடல், விவாதித்தல் முதலிய கற்பித்தல் கூறுகளை எல்லாம் கையாண்டு வகுப்பை இனிமையாக்க முடிந்தது. இறுதியில் பத்து நிமிடம் மாணவர்களை வாசிக்கச் செய்வதைக் கட்டாயம் செய்வேன். திருத்தமாக வாசிக்கப் பழகுதல் தேவை. அது மட்டுமல்ல, சுயமாக வாசிக்கும் பழக்கத்தை அது உருவாக்கும்.

இவ்விதம் மூன்றாண்டுகள் பொதுத்தமிழ்ப் பாடம் கற்பித்தலை உற்சாகமானதாக மாற்றிய இந்நூல் என் நினைவிலிருந்து அகலவில்லை. இதைப் பாடநூலுக்கானது என்று மட்டும் சுருக்கத் தேவையில்லை. பொதுவாசகரும்

ஈடுபாட்டுடன் வாசிக்கலாம். எந்தக் கட்டுரையும் ஏமாற்றாது. தொ.ப.வுக்கே உரிய அடையாளங்கள் கட்டுரைகளில் மிளிர்கின்றன. தமிழ்ச் சமூகத்தின் பண்பாட்டு வரலாற்றைப் பருந்துப் பார்வையில் காட்டும் நூலாகப் பொதுவெளியில் இதைச் சுட்ட விரும்புகிறேன்.

என் வேண்டுகோளை ஏற்று இந்நூலை இப்போது மறுபதிப்பாகக் காலச்சுவடு பதிப்பகம் வெளியிடுகிறது. என் நன்றிகள்.

நாமக்கல்
14.12.2022

பெருமாள்முருகன்

முதற்பதிப்பின் முன்னுரை

தமிழ் உரைநடை புதிய உயிர்பெறத் தொடங்கி ஒன்றரை நூற்றாண்டுக் காலம்தான் ஆகின்றது. தமிழ் உரைநடையினை மக்களுக்குரியதாக மாற்றும் முயற்சியில் கடந்த நூற்றைம்பது ஆண்டுக் காலத்தில் பல்வேறு நிகழ்வுகள் நடந்துள்ளன. நாவல், சிறுகதை என புனைகதை இலக்கிய வடிவங்கள், ஏராளமான இதழ்களில் வெளிவந்த ஆசிரியவுரைகள், செய்திகள், கட்டுரைகள், பிறவகை எழுத்துகள் இவையெல்லாம் தமிழ் உரைநடை வளர்ச்சிக்குத் தங்கள் பங்கினை ஆற்றியுள்ளன. ஆனால் இந்த வளர்ச்சியின் வகைமை, பாட நூல்களில் காணக் கிடைக்க வில்லை.

தமிழ்ப் பாடநூல்கள் பெரும்பாலும் இலக்கிய இலக்கணம் சார்ந்ததாகவே கட்டுரை களைக் கொண்டிருக்கின்றன. இவற்றின் வகைபாடுகளும் மிகக் குறைவே. 17 வயதிற்கு மேற்பட்ட மாணவன் பல துறையியல் சார்ந்த அறிவுத்திறத்தை அமைத்துக்கொள்வதில்

தமிழ்ப் பாடநூல்களும் எழுத்தாளர்களும் போதிய அக்கறை செலுத்தியதாகச் சொல்ல முடியாது. இலக்கியங்கள் உணர்த்தும் பல்வகை விழுமியங்களோடு நிகழ் சமூகத் தேவை பற்றிய சிந்தனைகளும் நம்முடைய இளைஞர்களுக்குத் தேவை. இத்தகைய எண்ணங்களை அவர்கள் நெஞ்சில் ஊன்றும் வகையில் இக்கட்டுரை நூல் ஒரு சிறு முன்முயற்சியாகும்.

தொ. பரமசிவன்

1

கல்லெழுத்துகள்

மனித நாகரிக வளர்ச்சியின் குறிப்பிடத் தகுந்த கட்டங்களில் ஒன்று, மரப்பட்டைகளிலும் கோரைகளிலும் மண்ணாலான ஓடுகளிலும் மனிதன் முதலில் எழுதிப் பழகியதுதான். காலப் போக்கில் அவன் உலோகங்களைக் கண்டறிந்து கருவிகளைப் பெருக்கினான்; செம்பினால் ஆகிய ஏடுகளில் எழுதினான், இரும்பு உளிகளைக் கொண்டு கல்லிலும் எழுதிப் பார்த்தான். எழுது கருவிகள் இன்று இமயம் அளவுக்கு வளர்ச்சி பெற்றுள்ளன. கணிப்பொறி அச்சுகள் புழக்கத்துக்கு வந்துவிட்டன. ஆனாலும்கூடக் கல்லிலே தன் பெயரை 'எழுதிப் பார்த்து உவக்கும்' மனித மனம் மட்டும் இன்னும் மாறவேயில்லை. எனவேதான் கல் எழுத்துக்கலை இன்னும் தொடர்கிறது.

வடஇந்தியப் பகுதிகளில் மென்பாறைகளும் கற்களும் மிகுதி. தென்இந்தியப் பகுதிகளில் இரும்பு உளிகளைத் தாங்கும் வன்மையான

பாறைகள் மிகுதி. எனவே இந்தியாவில் காணப் பெறும் கல்வெட்டுகளில் நான்கில் மூன்று பங்கு தென்னிந்தியப் பகுதியில்தான் உள்ளது. தமிழ்நாட்டில் மட்டும் மொத்தக் கல்வெட்டுகளில் மூன்றில் ஒரு பங்கு நமக்குக் கிடைக் கின்றது. தமிழ்நாடு தொடர்ச்சியான நீண்ட வரலாறு உடைய பகுதி என்பதுவே இதன் காரணமாகும்.

இந்திய மொழிகளின் எழுத்துகள் அனைத்தும் நாகரி, திராவிடி, கரோஷ்டி என்ற மூன்று எழுத்து வகைகளில் இருந்து பிறந்தவை. தொன்மையான தமிழ் எழுத்துக்குத் தமிழி அல்லது தமிழ்பிராமி என்று தொல்லியல் ஆராய்ச்சியாளர்கள் பெயரிட்டு அழைக் கின்றனர். கி.மு, மூன்றாம் நூற்றாண்டிலிருந்து கி.பி. மூன்றாம் நூற்றாண்டுவரை தமிழி எனப்படும் எழுத்தே தமிழ்நாட்டில் வழக்கில் இருந்தது. சங்க இலக்கியங்களும் திருக்குறளும் இந்த எழுத்தில்தாம் பிறந்திருக்க வேண்டும். கி.பி. 4ஆம் நூற்றாண்டுக்குப் பின்னர் வழக்கத்திற்கு வந்த வட்டெழுத்தும் தமிழ் எழுத்தும் மேற்சொன்ன தமிழி எழுத்துகளில் இருந்து பிறந்தவையே. சமஸ்கிருத ஒலிகளையும் சொற்களையும் எழுத மற்றொரு வகை எழுத்தைத் தமிழ்நாட்டில் பயன்படுத்தினர். இதற்குக் 'கிரந்தம்' என்பது பெயராகும். இன்று நாம் பயன்படுத்தும் ஷ, ஸ, ஜ, ஹ, ஶ்ரீ ஆகிய எழுத்துகளே கிரந்த எழுத்துகளாகும். இவை தமிழ் நெடுங்கணக்கில் சேராதவை.

இந்தியத் தொல்லியல் ஆய்வுத்துறை கி.பி. 1885இல் தொடங்கப் பெற்றது. அன்றிலிருந்து கல்வெட்டுகளைப் படிஎடுத்தும் படித்தும் இத்துறையினர் பதிப்பித்து வருகின்றனர். கடந்த 30 ஆண்டுகளாகத் தமிழ்நாட்டுத் தொல்லியல் ஆய்வுத் துறையினரும் ஆயிரக்கணக்கான கல்வெட்டுகளைப் படித்தும் பதிப்பித்தும் வருகின்றனர்.

தமிழ்நாட்டில் பெரும்பாலான கல்வெட்டுகள் கோயில்களில்தான் காணப்படுகின்றன. இவை தவிரப் பாறைகளிலும், மலைகளில் அமைந்துள்ள குகைத் தளங் களிலும், சிதைந்து கிடக்கும் கற்றூண்களிலும், கல்வெட்டுகள்

காணப்படுகின்றன. தர்மபுரி, தென்னார்க்காடு மாவட்டங் களில் புடைப்புச் சிற்பங்களுடன் கூடிய நடுகல் கல்வெட்டுகள் நிறையக் கிடைக்கின்றன. கிணற்றடி. கிணற்றின் துலாக்கல், ஏரிகளின் கலிங்குகள். கற்செக்குகள் ஆகியவற்றிலும்கூடத் தமிழ்க் கல்வெட்டுகள் கண்டுபிடிக்கப் பட்டுள்ளன.

நமக்கு இதுவரை கிடைத்துள்ள தமிழ்க் கல்வெட்டுகள் பெரும்பாலும் ஆவணங்களாகவே (Documents) கிடைத் துள்ளன. எனவே கற்பனையான அல்லது மிகையான செய்திகள் இவற்றுள் வருவதில்லை. ஆகையால் அரசியல் வரலாறு, சமூக வரலாறு, இலக்கியம், பண்பாடு ஆகியவற்றை அறிவதற்குக் கல்வெட்டுகள் நம்பிக்கைக்குரிய சான்றுகளாக அமைந்து விடுகின்றன. இவை வரலாற்றின் குழப்பமான பகுதிகளைத் தெளிவுபடுத்துகின்றன. குறிப்பிட்ட காலத்தை அல்லது மனிதரை அறிவதற்கு வேறு சான்றுகள் கிடைக்காதபோது கல்வெட்டுகள் அக்கால வரலாற்றை நமக்கு வெளிச்சமாக்கிக் காட்டுகின்றன.

கல்வெட்டுகளின் அளவினை வரையறுக்க இயலாது. ஒருவரிக் கல்வெட்டுகள் முதல் நூற்றுக்கும் மேற்பட்ட வரிகளைக் கொண்ட கல்வெட்டுகள் வரை தமிழ்நாட்டில் நமக்குக் கிடைத்துள்ளன. அளவைக் கொண்டு இவற்றின் பயனை வரையறுத்துவிட முடியாது. எடுத்துக்காட்டாக, ஒன்றைக் குறிப்பிடலாம். பேரரசர் அசோகருடைய பிராமிக் கல்வெட்டுகளில் சேர, சோழ, பாண்டிய மன்னர்களோடு 'ஸதியபுதோ' என்ற தமிழ்நாட்டு மன்னர் மரபும் குறிக்கப்படுகிறது. வரலாற்று அறிஞர்களும் இலக்கிய அறிஞர்களும் ஸதியபுதோ அரசமரபு யாருடையது என்று 40 ஆண்டுகளாகத் தமக்குள் போராடிக்கொண்டு இருந்தனர். 1979இல் தென்னார்க்காடு மாவட்டம் திருக்கோவிலூர்க்கு அருகில் உள்ள ஜம்பை என்னும் ஊரில் ஒருவரிக் கல்வெட்டு ஒன்று கல்வெட்டுத்துறை மாணவர் ஒருவரால் கண்டுபிடிக்கப்பட்டது. "ஸதியபுதோ அதியமான் நெடுமான் அஞ்சி ஈத்த பாளிய்" என்பது

அக்கல்வெட்டு வாசகமாகும். அசோகன் கல்வெட்டுக் குறிப்பில் காணப்பெறும் நாலாவது அரசமரபு அதியமான் மரபு என்பது ஐயத்திற்கிடமில்லாமல் நிறுவப்பட்டது. காணமாற்போன குழந்தை திரும்பக் கிடைத்தது போல ஆராய்ச்சியுலகமும் மகிழ்ந்தது.

சங்க இலக்கியங்களிலும், பக்தி இலக்கியங்களிலும் காணப்படும் சில சொற்களுக்கான பொருளை நாம் கல்வெட்டுகளின் துணை கொண்டே அறிய முடிந்திருக்கிறது. வண்ணக்கன் (ச.இ) – பொன்னின் மாற்றறிந்து சொல்பவன். காமக்காணி(ச.இ) – எதிர்வரும் நற்காலம் கூறும் சோதிடன், ஒற்றைச்சேவகன்(திருவாச) – அரசனின் தனி மெய்க்காப்பாளன் என அவற்றுள் சிலவற்றைக் குறிப்பிடலாம்.

அதுபோலவே தொல்லிலக்கியங்கள் குறிப்பிடும் ஊர்கள், நகரங்கள், நாடுகள். புலவர் பெயர்கள் ஆகிய வற்றையும் நாம் பிற்காலக் கல்வெட்டுகளைக் கொண்டே தெளிவாக அறிய முடிந்திருக்கின்றது.

"முல்லையும் பூத்தியோ ஒல்லையூர் நாட்டே" என முடியும் புறநானூற்றுப் பாடலில் வல்வேற் சாத்தன் எனும் குறுநில மன்னன் பேசப்பெறுகின்றான். இவன் ஆண்ட ஒல்லையூர் நாடு இப்போதுள்ள புதுக்கோட்டை மாவட்டத்தின் ஒலியம்மங்கலம் என்னும் பகுதி என்பதைக் கல்வெட்டுகளின் வழியாகக் கண்டறிந்துள்ளனர். அப்பகுதியிலுள்ள 'பெருங்களூர்' என்னும் ஊரே பெருங்கோழியூர் நாய்கன் மகள் நக்கண்ணையார் எனும் சங்ககாலப் பெண்பாற்புலவரின் ஊர் என்பதும் நமக்குக் கல்வெட்டுகள் தந்த செய்தியே ஆகும்.

ஓய்மா நாட்டுத் தலைநகரம் கிடங்கில் (இன்றைய திண்டிவன நகரத்தின் பகுதி) தண்கால் முடக்கொற்றனார் எனும் சங்கப் புலவரின் ஊர் (விருதுநகர் மாவட்டம் திருத்தங்கல்) சங்க இலக்கியம் கூறும் முத்தூற்றுக் கூற்றம் (இன்றைய தேவகோட்டைப் பகுதி) மலைபடுகடாம்

பாடிய இரணிய முட்டத்துப் பெருங்குன்றூர்ப் பெருங்கௌசிகனாரின் ஊர். (இன்றைய அழகர் கோயிற் பகுதியில் அமைந்த இரணியம்) என இலக்கியப் பிற்புலத்தை அறியக் கல்வெட்டுகள் பெருந்துணை செய்கின்றன.

கல்வெட்டுகள் பெரும்பாலும் கொடைச் செய்திகளையே பேசுகின்றன. அரசர்கள் அல்லது குறுநிலத் தலைவர்கள் கோயில்களுக்கு நிலம், பொன் அணிகள். ஆடு, மாடு, ஆகியவற்றைக் கொடையாக வழங்கிய செய்தியும் கோயில் பிராமணர்களுக்கு நிலக்கொடை வழங்கிய செய்தியுமே மிகுதி. இவை தவிர ஏரியமைத்தது, ஏரிகளைப் புதுப்பித்தது, உள்ளாட்சித் தேர்தல், சிற்றூர்களில் நீதி வழங்கிய முறை, போர்ச்செய்திகள், வீரமரணம், ஆலயம் எடுப்பித்தது எனப் பலப்பல வகையான செய்திகளும் கல்வெட்டுகளால் அறியப்படுகின்றன.

தலைவனோடு நின்று போராடி வீரமரணம் அடைந்த ஒரு நாயினைப் பற்றி ஒரு நடுகல் கல்வெட்டு கூறுகின்றது. கைப்பிழையாக அம்பெய்தி ஒருவனைக் கொன்றவனுக்கு விதிக்கப்பட்ட தண்டனையை ஒரு கல்வெட்டு கூறுகின்றது. பெருவேந்தன் முதலாம் இராசஇராசனின் தாய் பால்அருந்தும் சிறு குழந்தையைக் கூட விட்டுவிட்டுக் கணவனோடு தீப்பாய்ந்து மாண்டதை மற்றொரு கல்வெட்டு கூறுகின்றது. திருமெய்யத்தில் உள்ள ஒரு கல்வெட்டு சிவன் கோயிலுக்கும் பெருமாள் கோயிலுக்கும் ஏற்பட்ட உரிமைச் சண்டையினைப் பற்றிக் கூறுகிறது. பெருவழியில் மக்களுக்குத் தொல்லை செய்துவந்த புலியினை வீரன் ஒருவன் கொன்று தானும் உயிர்நீத்த செய்தியைச் சோழவந்தான் தென்கரைக் கல்வெட்டு கூறுகின்றது. கழுகுமலையில் உள்ள கல்வெட்டு ஒன்று சமணப் பெண் துறவிகள் ஆசிரியர்களாக அமர்ந்து மாணவர்களுக்குப் பாடம் சொன்ன செய்தியினை நமக்குக் காட்டுகிறது.

கல்வெட்டுகள் பெரும்பாலும் அரசியல் ஆவணங்களாகவும் சமய ஆவணங்களாகவும் உரிமைஇயல்

ஆவணங்களாகவும் அமைகின்றன. இவையே அன்றி இலக்கியச்சுவையோடு அமைந்த பாடல் கல்வெட்டுகள் சிலவும் கண்டுபிடிக்கப்பட்டுள்ளன. 104 பாடல்களைக் கொண்ட சிராமலை அந்தாதி என்ற நூல் முழுமையும் திருச்சிராப்பள்ளி மலையிலே அமைந்த குடைவரைக் கோயிலில் கல்லிலே பொறிக்கப்பட்டு உள்ளது. சம்பந்தர் தேவாரத்தின் திருவிடைவாய்ப்பதிகம் ஏடுகளில் காணப்படவில்லை. அவ்வூர்க் கல்வெட்டில் இருந்தே கண்டறியப் பெற்றது. தமிழ்ப்புலவர்கள் சிலரின் காலத்தைக் கல்வெட்டுகளின் துணையால் கணக்கிட்டறிந்து மு. ராகவையங்கார் 'சாசனத் தமிழ்க்கவி சரிதம்' என்ற நூலையே எழுதியுள்ளார்.

அரசர்களின் கல்வெட்டுகளில் முற்பகுதியில் வரும் மெய்க்கீர்த்திப் பகுதிகள் சில கவிதையாகவே அமைகின்றன. முதலாம் இராசராசனின் தாயினை திருக்கோயிலூர்க் கல்வெட்டு பின்வருமாறு நமக்கு அறிமுகப்படுத்துகின்றது.

> செந்திரு மடந்தைமன் சீராசராசன்
> இந்திர சமானன் இராசசர்வக்ஞன் எனும்
> புலியைப் பயந்த பெண்மான் கலியைக்
> கரந்து கரவாக் காரிகை சுரந்த
> முலைமகப் பிரியினும் முழங்கெரி நடுவண்
> தலைமகற் பிரியாத் தையல்

என்பது வரலாற்றுச் செய்தியோடு கவிதைச்சுவை ததும்பும் ஒரு கல்வெட்டு ஆகும்.

மாறவர்மன் சுந்தரபாண்டியன் (I) சோழநாட்டை வென்று பாண்டிய நாட்டிற்குத் திரும்பும் வழியில் (புதுக்கோட்டை மாவட்டம்) பொன்னமராவதி நகரில் கொலுவிருந்த காட்சியினை,

> வாங்குசிறை அன்னம் துயிலொழிய வண்டெழுப்பும்
> பூங்கமல வாவிசூழ் பொன்னமராவதி நகருள்
> ஓத்துலகம் தாங்கும் உயர் மேருவைக் கொணர்ந்து
> வைத்தது போல்சோதி மணிமண் டபத்து இருந்து

என்று இயற்கை வளமும் செயற்கை வளமும் பாடி வருணிக்கிறது மற்றொரு கல்வெட்டு.

கல்லிலே எழுதிய எழுத்துகளெல்லாம் சொத்துணர்வு, போர்உணர்வு காரணமாகப் பிறந்தவை என்று கருதிவிடக் கூடாது. மென்மையான நகைச்சுவை உணர்வோடும் ஒரு கல்வெட்டு அமைகிறது. புதுக்கோட்டை மாவட்டம் குடுமியான் மலையிலுள்ள சிவன் கோவிலில் இறைவனுக்குக் குடுமிநாதர் என்று பெயர். பெரிய பெரிய சடைகளும் சடையிலே கங்கையினையும் உடைய சிவபெருமானுக்குத் தலையிலே குடுமி என்பது வியப்பாக இருக்கிறதல்லவா? கவிஞரான சிவனடியார் ஒருவர்க்கு இதைப் பார்த்ததும் வேடிக்கையாக ஒரு கற்பனை பிறக்கிறது. குடுமியான் மலைக்கு, நலக்குன்றம் என்றும் ஒரு பெயர் உண்டு.

இந்த நலக்குன்றரைப் பார்த்து அவர் மனைவியான உமையம்மை விழுந்துவிழுந்து சிரித்தாளாம். ஏன் தெரியுமா? மொட்டைத் தலைக்காரர்களைப் பார்த்ததும் நமக்கு இயல்பாக வரும் சிரிப்பு அல்ல இது. அவள் மனத்துக்குள்ளே இருந்த வருத்தமும் போட்டி உணர்வும் தீர்ந்துபோய்ச் சிரிக்கின்றாள் உமையம்மை. 'இந்தக் குடுமிநாதர் சகக்களத்தியான கங்கையை இதுநாள் வரை சடையில் மறைத்து வைத்திருந்தாரே, இனி இந்தக் குடுமியில் எப்படி மறைப்பார் பார்க்கலாம்', என்று சொல்லிச் சிரிக்கின்றாளாம் அவள்.

> எங்கள் நலக்குன்றரைப் பார்த்தேழுலகும் ஈன்ற உமை
> நங்கை பலகாலும் நகை செயுமே – கங்கையுறை
> பொங்கேய் கமழ்சடிலம் போய்க்குடுமி ஆகிவிட்ட(து)
> எங்கே இனிமறைப்பார் என்று

பாட்டின் சுவை உணர்ந்த பக்தர்கள் இதை அப்படியே அம்மலையில் கல்வெட்டாக ஆக்கிவிட்டார்கள்.

கல்வெட்டுகள் தமிழர் பெற்ற வரலாற்றுச் செல்வங்களி லெல்லாம் மிகப்பெரியவையாகும். கல்வெட்டுகள்

நேற்றைய வாழ்வை அறிய மட்டுமல்ல, நாளைய வாழ்வை அமைத்துக்கொள்ளவும் நமக்கு வழிகாட்டுகின்றன. ஏன் என்றால் அவை அரசர்களின் ஆவணங்களாக மட்டுமல்லாமல் மக்களின் ஆவணங்களாகவும் இருக்கின்றன. அவற்றைக் கண்டறிவதும் அழியவிடாமல் காப்பதும் நாட்டுத் தொண்டின் ஒரு பகுதியாகும்.

2

கம்பனின் அறிமுகம்

ஒவ்வொரு மனிதனுக்கும் இரண்டு வகையான உறவுகள் உண்டு, ஒன்று குடும்ப உறவு அல்லது இரத்தஉறவு. மற்றொன்று சமூக உறவு. நம்குடும்பத்திற்கு வெளியில் பல்வேறுபட்ட சமூக உறவுகள் நமக்குத் தேவைப்படுகின்றன. எல்லா மனிதர்களோடும் பார்ப்பதோடும். பேசுவதோடும் நாம் நின்றுவிடுவதில்லை. நாள்தோறும் நாம் செல்லும் பேருந்தின் நடத்துநர்கூடக் கடைத் தெருவில் நம்மைக் கண்டால் புன்முறுவல் செய்துவிட்டுப் போகிறார். நம்முடைய ஆசிரியர், மாணவர், மருத்துவர், வகுப்பு நண்பர், அலுவலக நண்பர். அவர்களுடைய குடும்பத்தார்கள் என்று நம் மனித உறவுகள் விரிவடைந்துகொண்டே போகின்றன. இன்றைய நகர நாகரிகத்தில் இவ்வகையான உறவுகள் பெரும்பாலும் ஒருவர் அறிமுகம் செய்துவைத்த பின்புதான் தொடங்குகின்றன.

அறிமுகம் செய்துவைப்பது ஒரு கலைதான். சிலபேர் அதிலே தனித்திறமை

பெற்றிருக்கிறார்கள். "இவர் இன்னார். திருச்சிக்காரர், எம்.ஏ. பொருளாதாரம் படித்திருக்கிறார். பொதுப்பணித்துறை யில் வேலைசெய்கிறார். செயகாந்தனின் தீவிர ரசிகர். புதுக்கவிதையிலே ஈடுபாடு நிரம்ப உண்டு. இன்னின்ன இதழ்களில் இவரது கவிதைகள் வெளிவந்திருக்கின்றன". இப்படி ஒரு அறிமுகம் முழுமையான அறிமுகம். அதன் விளைவாக அறிமுகம் செய்யப்படும் இரண்டுபேரும் விரைவில் இலக்கிய நண்பர்களாகி விடுகின்றனர்.

தமிழில் மிகப்பெரிய வெற்றிபெற்ற கவிஞன் கம்பன். அவனது இராமகாதையில் நூற்றுக்கணக்கான பாத்திரங்கள். அத்தனை பேரையும் அவன் நேரில் நின்று நமக்கு அறிமுகம் செய்துவிட இயலாது. அப்படித் தானே நேரிலே வந்து ஒவ்வொருவருக்கும் அறிமுகச் சான்றிதழ் வழங்க அவனும் விரும்பவில்லை. ஒரு சில பாத்திரங்களைக் கம்பன் தானே நேரிலே நின்று அறிமுகம் செய்கிறான். மற்றுஞ்சிலரை இன்னொரு பாத்திரம் மூலம் அறிமுகம் செய்கிறான். வேறு சில பாத்திரங்களை அவர்கள் இல்லாமலே மற்றவர்கள் அவர்களைப் பற்றிப் பேசிக்கொள்வதன்வழி நமக்கு அறிமுகம் செய்கிறான். அறிமுகம் செய்யும்போதே அவர்களைப்பற்றிய நல்லெண்ணமோ, வல்லெண்ணமோ நமக்குள் உருவாகும்படி அறிமுகம் செய்கிறான். குகன், வாலி, அனுமன், சூர்ப்பனகை, இந்திரசித்து, இராவணன், கும்பகருணன் என்று இப்படிப் பல்வேறு பாத்திரங்கள்.

நீலமாமணி நிருதர் வேந்தனை
மூலநாசம் பெற முடிக்கும் மொய்ம்பினாள்

இது, சூர்ப்பனகையினைக் கம்பன் நமக்கு அறிமுகம் செய்வது. அவள் பெயரைச் சொல்லும் முன்னரே அவளாலே உண்டாகப்போகும் விளைவுகளைச் சொல்லி விடுகிறான். 'இராவணனுடைய குலத்தைக் கருவறுக்க வந்தவள்' என்று. நடுவிலே யாருமில்லாமல் தாமே அறிமுகம் செய்துகொண்ட இரண்டு பாத்திரங்களும் இராமாயணத்தில் உண்டு. குகனும் பரதனுமே அவர்கள்.

மனைவியோடும் தம்பியோடும் காடு சென்ற இராமன் குகனைச் சந்திக்கிறான். அவன் துணையோடு கங்கையாற்றைக் கடந்து தென்கரையை அடைகிறான். குகனும் இராமனும் தோழமை கொள்கின்றனர். 'நீ என் தம்பி, என் தம்பியர் உன் தம்பியர்', என்று கூறி, குகனை இராமன் தன் தம்பியாகவும் ஏற்றுக்கொள்கிறான். தொடர்ந்து காடு நோக்கித் தென்திசைக்குப் பயணமாகிறான்.

சிலநாட்கள் கழித்துக் காடுசென்ற இராமனை அழைத்துவரப் பரதன் தென்திசை நோக்கி வருகின்றான். தந்தை தசரதன் இறந்தபிறகு தாய்மார் மூவரோடும் படைகளோடும் வருகிறான். கங்கையின் தென்கரையில் இருந்து இதைப் பார்த்த குகன் இராமன் தம்பியர் அவன் மீது படையெடுத்து வருகின்றனரோ என முதலில் ஐயம் கொள்கிறான். ஆனால் கொஞ்சம் கூர்ந்து பார்த்தால் நிலைமை வேறாகத் தோன்றுகிறது. திசைநோக்கித் தொழுத கையோடும் கண்ணீரோடும் வரும் பரதனைக் குகன் அறிந்து கொள்கிறான். 'இவனைப் பார்த்தால் இராமனைப் போல இருக்கிறது. அருகிலே இருப்பவன் சத்துருக்கனனாக இருக்க வேண்டும், என இவனே முடிவு செய்துகொள்கிறான். படகிலே வடகரை நோக்கிச் செல்கிறான் .... இழைப்பரோ? பிழைப்பு" இராமனுடன் பிறந்தவர்கள் தவறு செய்வார்களோ எனக் கருதிக்கொண்டே கரை இறங்குகிறான்.

குகனைப் பற்றிக் கேள்விப்பட்டிருந்த பரதன் உணர்ச்சி வயப்பட்டு அவன் காலில் விழ, அவன் இவன் காலில் விழ, யார் முதலில் விழுந்தார்கள் என்றே தெரியாமற் போயிற்று. பிறகு, பரதனும் இங்கு வந்த நோக்கத்தை மெல்ல அறிந்து கொள்கிறான் குகன்; மகிழ்ச்சி அடைகிறான்.

சற்றுத் தள்ளி தாய்மார் மூவரும் நின்றுகொண்டிருக்கின்றனர். சுற்றத்தார்கள் எல்லாம் கோசலையைச் சுற்றி வணங்கி நின்றுகொண்டிருக்கின்றனர். அவளைச் சுட்டிக் காட்டி இவர் யார்? என்று கேட்கிறான் குகன்.

நாள் மலர்கள்

> .... கோக்கள்வைகும்
> முற்றத்தான் முதல்தேவி.
> மூவுலகும் ஈன்றானை முன்னீன்றானை
> பெற்றத்தால் பெருஞ்செல்வம்
> யான்பிறத்தலால் துறந்த பெரியோள்'

என்றான் பரதன். (தசரதனின் முதல்தேவி. உலகைப் படைத்த பிரம்மனைப் படைத்த இராமனைப் பெற்றவள். பெருஞ்செல்வம் பெற்றவள். யான் பிறந்த காரணத்தால் அதை இழந்தவள்) இராமனைப் பெற்றவள் என அறிந்தவுடன் குகன் அவள் காலில் விழுகிறான்; அழுகிறான். ஒன்றும் புரியாமல் திகைத்து நின்ற கோசலை, 'இவன் யார்?' எனப் பரதனைக் கேட்கிறாள். "கன்றைப் பிரிந்த காராம்பசுப்போல சோகத்தில் நிற்கும்" அவளுக்குக் குகனை அறிமுகம் செய்கிறான் பரதன். "இவன் இராமனின் துணைவன். இலக்குவனுக்கும் எனக்கும் சத்துருக்கனனுக்கும் அண்ணன், இந்தப் பெருந்தகையாளனுடைய பெயர் குகன்".

> இன்துணைவன் ராகவனுக்(கு) இலக்குவற்கும்
> இளையவற்கும் எனக்கும் மூத்தான்
> குன்றனைய திருநெடுந்தோள் குகன் என்பான்
> இன்னின்ற குரிசில்

என அறிமுகம் செய்கிறான். இராமனின் தாய் என அறிந்தவுடன் கோசலையைக் குகன் தன் தாயாக மனத்தில் ஏற்றுக்கொண்டான். பரதனும் குகனைத் தனது அண்ணனாக ஏற்றுக்கொண்டான். கோசலை அடுத்துச் சொல்கிறாள். "இராமன் காடு நோக்கி வந்ததுகூட நல்லதாகப் போயிற்றே. உடன்பிறந்தார் ஐவராக நீங்கள் உலகத்தைக் காத்துவாருங்கள் "அவளும் இராமனின் தம்பியாகிவிட்ட குகனைத் தன் மற்றொரு மகனாக வரித்துக் கொண்டுவிட்டாள். அறிமுகத்திலேயே உணர்வுகள் ஒன்றுபட்டு மனித உறவு விரிவடைந்தாயிற்று. இராமகதையின் அடிப்படை நோக்கங்களில் ஒன்றான உடன்பிறப்பு உணர்வும் (சகோதரத்துவம்) இந்த அறிமுகத்தில் உணர்த்தப்பட்டாயிற்று.

‘அன்பே வடிவமாக நிற்கிற இந்த அம்மை யார்?’ என்று அடுத்து சுமத்திரையைச் சுட்டிக்காட்டிக் கேட்கிறான் குகன். ‘புகழுடம்பு அடைந்த தசரதனின் இளந்தேவி. இராமனுக்குத் தம்பியரும் உண்டு என்று காட்டுவதற்காகப் பிரியாமல் உடன் வந்த இலக்குவனைப் பெற்றவள்’.

நெறிதிறம்பாத் தன்மெய்யை நிற்பதாக்கி
இறந்தான்தன் இளந்தேவி யாவர்க்கும்
தொழுகுலமாம் இராமன் பின்பு
பிறந்தானும் உளன் என்னப் பிரியாதான்
தனைப்பயந்த பெரியோள் என்றான்.

இப்போது, மூன்றாவதாக ஒரு பெண் நிற்கிறாள். அவளையும் பார்க்கிறான் குகன். அவளை அறிமுகம் செய்யத் தொடங்குகிறான் பரதன். “இவளைத் தெரியவில்லையா? இவள்தான் துயரங்களுக்கெல்லாம் மூலகாரணம்: தீவினைகளின் செவிலித்தாய். இந்தப் பாவியின் வயிற்றில்தான் நான் கிடந்தேன். துன்பமில்லாமல் நிற்கும் இந்த முகத்துக்காரியை உனக்குத் தெரியவில்லையா? இவள்தான் என்னைப் பெற்றவள்”.

படரெல்லாம் படைத்தாளைப் பழி வளர்க்கும்
செவிலியைத் தன் பாழ்த்தபாவிக்
குடரிலே நெடுங்காலம் கிடந்தேற்கு
உயிர்ப்பாரம் குறைந்து தேய
இடரில்லா முகத்தாளை அறிந்திலையேல்
இன்னின்றாள் என்னை ஈன்றாள்

அன்பின்தலை நின்று தாயார் இருவரை அறிமுகம் செய்த பரதன் தன்னைப்பெற்ற தாயினை அறிமுகம் செய்த முறை நம்மை அதிரவைக்கிறது. அறிமுகத்தில் இதுவும் ஒரு வகைபோலும். இரக்கமில்லாத இந்த அறிமுகம் பரதன் தன் தாய்க்குத் தந்த தண்டனையல்லவா? அறிமுகம் முடிகிறது. கம்பன் தன் காட்சி வருணனையைத் தொடங்குகிறான்.

என்னக் கேட்ட அவ்விரக்கமிலாளையும்
தன்னற்கையின் வணங்கினன் தாய் என’,

நான்கு வகையான அறிமுகங்கள். கதை மாந்தர் பண்பு மட்டுமல்ல காவியத்தின் நோக்கும் போக்கும் அறிமுக நிலையிலே புலப்பட்டுவிடுகின்றன. தசரதனின் பெருமை, அவன் வாய்மை, இராமன் பெருமை, கோசலையின் அன்புள்ளம், இலக்குவனின் பாசம், சுமத்திரையின் பொறுமை, கைகேயியின் இரக்கமில்லாத்தன்மை, இத்தனைக்கும் மேலாகக் காவியத்தின் உயிர்ப் பண்பான சகோதரத்துவம். ஐந்தாறு பாட்டிற்குள்ளாகவே அத்தனையையும் சொல்லிவிடுகிறான் கம்பன் 'அறிமுகம்' என்ற சிறிய உத்தியின் மூலம்.

3

அடிகளாரின் அரசியல்

தமிழ் இலக்கியம் நீண்ட நெடிய வரலாறு உடையது. நூற்றுக்கணக்கில் இலக்கியங்கள், ஆயிரக்கணக்கில் புலவர்கள், நம் காலத்தில் தமிழுக்குப் புதிய ஒளி தந்த பாரதியார், ஈராயிரம் ஆண்டு இலக்கிய வரலாற்றில் தமிழுக்கு 'அமரத்தன்மை' தந்தவர்களாக மூவரை மட்டுமே குறிப்பிடுகின்றார். முதல்வர் வள்ளுவர், அடுத்தவர் இளங்கோ, மூன்றாமவர் கம்பர்.

'நெஞ்சையள்ளும் சிலப்பதிகாரம் என்றோர் மணியாரம்' என்பது பாரதியின் மதிப்பீடு. சிலப்பதிகாரத்தைப் பாரதிக்குப் பின்னரும் பலர் மதிப்பிட்டார்கள். நாடகக் காப்பியம், இசைத் தமிழ்க் காப்பியம், குடிமக்கள் காப்பியம் என்றெல்லாம் சிலப்பதிகாரத் திற்குப் புகழ் மாலைகள் சூட்டப்பட்டன. காவியத்திற்குள்ளே கவிஞன் உள்ளம் ஆழ்ந்து கிடக்கும். அதைக் காண்பது அவ்வளவு எளிதல்ல. "அணிசெய் காவியம் ஆயிரம்

கற்பினும் ஆழ்ந்திருக்கும் கவியுளம் காண்கிலார்" என்பதும் பாரதியின் மதிப்பீடுதான். சிலப்பதிகாரக் காப்பியத்திற்குள் இளங்கோவடிகளின் உள்ளம் ஆழ்ந்து கிடப்பதை நாம் இன்னும் ஒருமுறை தேடிப்பார்க்கலாம். தேடப் புறப்பட்ட மனிதர்கள் வெறுங்கையுடன் திரும்புவதில்லை.

ஒரு நாடகத்தின் முடிவில் அவையோர் முன்னர் நாடக ஆசிரியர் மேடையில் தோன்றி ஏதோ பேசுவது இன்றைய காலத்தில் வழக்கமாக உள்ளது. சிலப்பதிகாரக்கதை யின் இறுதிப்பகுதியில் தெய்வம் ஆகிவிட்ட கண்ணகி, தேவந்தியின் வழியாகக் காவிய ஆசிரியனின் கடந்த கால வாழ்க்கையைச் சித்திரிக்கிறாள். 'நீ சேரவேந்தனின் இளையமகனாய் வஞ்சிமூதூர் மணிமண்டபத்திடை இருந்தாய். அப்போது, ஒரு நிமித்திகன் வந்தான். அரசாளும் திருப்பொறி உன் தமையனை விட உனக்கே உள்ளது என்றான். அவன் சொல்லியதைப் பொய்யாக்க விரும்பி நீ துறவியானாய். துறவுலகத்தின் அரசனானாய்,' என்பதுதான் இளங்கோவடிகளின் முற்கதைச் சுருக்கம். கதைகூறும் கவிஞனின் வாழ்க்கைக் கதை தெய்வத்தின் வழியாகவே வெளியாகிவிட்டது.

இந்தப் பகுதியில் இருந்து நாம் உணர்ந்து கொள்ளும் செய்தி இதுதான். 'வாழ்வாவது மாயம் மண்ணாவது திண்ணம்' என்று நிலையாமை பேசிவிட்டு இளங்கோ துறவியாகவில்லை. 'பெண் என்னும் மாயப் பெரும்பிசாசம்' எனப் பெண் வெறுப்புக் கொண்டும் அவர் துறவியாக வில்லை. அப்படியென்றால் பத்தினிப் பெண்ணொருத்தி தெய்வமான கதையைப் பாடியிருப்பாரா?. நிமித்திகன் சொன்னதிலே தவறு எந்த இடத்தில்? மூத்தவனுக்கே அரசுரிமை என்பது உலக வழக்கம். முடியாட்சிக் காலத்தில் அதை மீறும்போது அரசியல் குழப்பம் நாட்டு மக்களை அலைக்கழிக்கும். மனைவிக்கு வரம் கொடுத்த பாவத்தால் மூத்த மகனுக்கே அரசுரிமை என்ற மரபை மீறினான் தசரதன். அதன் விளைவுகளை நாம் அறிவோம். அப்படிப் பட்ட அரசியல் குழப்பம் தன் நாட்டில் நடைபெறக்கூடாது

என்பது இளவரசனாக இருந்த இளங்கோவின் எண்ணம். எனவே அத்தகைய அரசியல் குழப்பம் உருவாகாமல் இருக்க இளங்கோ துறவியானார். 'எனக்கு அரசமுடி வேண்டாம் என்று ஒதுங்கிக்கொள்வது தானே. அதற்கு ஏன் துறவியாக வேண்டும்?' என்ற கேள்வி எழலாம். தான் விரும்பாவிட்டாலும் தன் வழியினர்கள் வருங்காலத்தில் அரசுரிமைப் போரில் இறங்கினால் தன் அண்ணனுக்கும் தன் வழியினருக்கும்கூட அப்படி ஒரு சிக்கல் உருவாகக் கூடாது என்று கருதியே தன்னுடைய மணவாழ்க்கையைத் தவிர்த்து இளங்கோ துறவியானார். அடிகளானார். இதிலிருந்து ஒன்று தெளிவாகிறது. நல்ல அரசியல் மீது அவர் கொண்ட நாட்டம்தான் இளங்கோவின் துறவுக்குக் காரணம், வேறு காரணமில்லை.

அடிகள் அரசனின் மகனாகப் பிறந்து அரசனின் மகனாக வளர்ந்தவர். அவர் பெற்றிருக்கக்கூடிய கல்வியும் அரசியல் கல்வியாகத்தானே இருக்கமுடியும்? பிறப்பும் வளர்ப்பும் கல்வியும் அரசியலாக இருந்தால் ஒரு மனிதன் அவ்வளவு எளிதாக அதனைத் துறந்துவிடமுடியுமா? இளங்கோவடிகள் அரசியல் பதவியைத்தான் துறந்தார். அரசியலைத் துறக்கவில்லை. துறக்க அவரால் இயல வில்லை என்பதனைச் சிலப்பதிகாரம் நமக்குக் காட்டுகிறது.

சிலப்பதிகாரக் காண்டங்களின் பெயர்களைப் பாருங்கள். புகார், மதுரை, வஞ்சி என மூன்றுமே அரசியல் தலைநகரங்களின் பெயர்கள். புகார் நகரிலும் மதுரையிலும் சிலப்பதிகாரக் கதை நடந்தது. எனவே அவற்றிற்கு இட்டபெயர் சரிதான். கதைப்பாத்திரங்கள் எதுவும் வஞ்சியிலே நடமாடவில்லையே? பிறகு ஏன் வஞ்சியின் பெயரால் ஒரு காண்டம் அமைத்தார்? மூன்று அரசியல் தலைநகரங்களின் பெயரும் தம் காப்பியத்தில் வரவேண்டும் என்பது இளங்கோவின் விருப்பம். ஏனென்றால் ஆழ்மனத்தில் இளங்கோ ஒரு அரசியல்வாதி.

இன்னுமொரு செய்தி, கோவலனும் கண்ணகியும் பூம்புகாரில் இருந்து புறப்பட்டு மதுரைக்குப் பிழைக்க

வந்தனர். திருப்புமுனைகள் ஏதுமில்லாத கதையின் அடிக்கூறுகளில் இதுவுமொன்று. இந்தக் கதைக்கூறினை இரண்டாகப் பிரிப்பதற்குக் காரணம் ஏதும் இல்லை. புகாரைவிட்டுப் புறப்பட்டனர், என்பதோடு புகார்க் காண்டத்தை இளங்கோவடிகள் முடித்திருக்கலாம். அல்லது மதுரை வந்துசேர்ந்தனர் என்பதிலிருந்து மதுரைக் காண்டத்தைத் தொடங்கியிருக்கலாம். ஆனால் அடிகளின் காவியத்தில் காண்டங்களின் பகுப்பு அவ்வாறு அமையவில்லை. கண்ணகியும் கோவலனும் கவுந்தியடிகளும் மதுரைக்கு வரும்வழியில் சோழநாட்டு எல்லையோடு புகார்க்காண்டம் முடிகிறது. பாண்டிய நாட்டு எல்லை தொடங்கும்போது மதுரைக் காண்டம் தொடங்குகிறது. சோழ பாண்டிய நாடுகளின் அரசியல் எல்லைகளைத் தம் காப்பியத்தில் காண்டங்களின் எல்லைகளாக்கிக் காட்டுகின்றார் இளங்கோவடிகள். ஒரு அரசியல்வாதிக்கே இப்படி எல்லைப் பகுப்புமுறை மனத்திலே தோன்றமுடியும்.

கண்ணகியும் கோவலனும் கவுந்தியடிகளும் மதுரைக்குப் பயணம் செய்யும் காலம் கோடைக்காலமாகும். எனவே சுடுவெய்யில் நேரத்தை அவர்கள் பயணத்திற்குத் தவிர்க்கிறார்கள். சற்றே வெய்யில் தாழ்ந்தவுடன் பிற்பகல் நடக்கலாம் என்று காத்திருக்கிறார்கள். அவர்களின் காத்திருப்புக்கு அரசியல் உவமை கூறுகின்றார் இளங்கோவடிகள்

> கொடுங்கோல் வேந்தன் குடிகள் போலப்
> படுங்கதிர் அமையம் பார்த்திருந் தார்க்கு

தீய அரசியல்வாதியின் வீழ்ச்சிக்காகக் காத்திருக்கும் மக்களைப்போலக் காத்திருந்தனர் என்பது இதன் பொருளாகும். ஒருவன் நல்ல வேந்தனாகவே இருந்தாலும் ஆட்சியின் உறுப்புகளாக நிற்பவர்களோடு அவன் முரண்பாடு கொண்டால் இறையாண்மை கெட்டுப் பாழாகும் அந்த நாடு. பயிர் ஏதும் விளையாத பாலை

நிலத்தை இளங்கோ அமைதியில்லா நாட்டுக்கு உவமை யாக்குகிறார்.

> கோத்தொழி லாளரொடு கொற்றவன் கோடி
> வேத்தியல் இழந்த வியனிலம் போல

இதுவும் இளங்கோவடிகளின் அரசியல் உவமைதான். (அரசு ஊழியர்களைத்தான் கோத்தொழிலாளர் என்கிறார் அடிகள்) இளங்கோவடிகள் என்ற கவிஞரின் ஆளுமையில் கலந்திருந்த அரசியல் வரலாற்றுணர்வே இந்த உவமை களில் வெளிப்படுகின்றது.

வஞ்சிக்காண்டத்தில் செங்குட்டுவனுக்குச் சாத்தனார் கண்ணகியின் முற்கதையினை விளக்குகிறார். மதுரை நகரத்தில் கணவனை இழந்த கண்ணகி சோழ நாட்டிற்குத் திரும்பிச் செல்லாமல் சேரநாட்டு எல்லைக்குள் ஏன் வந்தாள் தெரியுமா? அரசன் கொடுங்கோலனானால் இன்ன இன்ன தீய விளைவுகள் ஏற்படும் எனச் செங்குட்டுவனுக்குக் காட்டுவதற்காகவே என்று ஒரு கருத்தினையும் கூட்டிச் சொல்கிறார் சாத்தனார்.

> கொற்ற வேந்தன் கொடுங்கோல் தன்மை
> இற்றெனக் காட்டி இறைக்கு உரைப்பனள்போல்
> தன்னாட்டு ஆங்கண் தனிமையில் செல்லாள்
> நின்னாடு புகுந்து

என்பது அவர் செங்குட்டுவனிடம் கூறியது. இதைக் கேட்ட செங்குட்டுவன் என்னும் அரசியல்வாதி, 'அரசியல் குடும்பத்தில் பிறப்பதும் துன்பந்தான். மழையின்றிப் போனாலும் பிழையாக ஓர் உயிரைக் கொன்றாலும் பழியெல்லாம் மன்னனுக்குத்தான்', என்று பதில்கூறித் தானும் பழிக்கு அஞ்சும் அரசியல்வாதியாகக் காட்சி தருகிறான்.

இளங்கோவடிகளின் அரசியல் இக்கால அரசியல் அன்று; பழிக்கு அஞ்சும் அரசியல், அறத்தின் வழி நிற்கும் அரசியல், எனவே தான் மேற்குறித்த மாதிரியெல்லாம் இளங்கோவடிகளால் பேசமுடிகின்றது.

சரி. அரசியலுக்கு ஒரு கொள்கை வேண்டுமல்லவா? அந்தக் கொள்கைவழிப் பயணம்செய்து இலக்கினை அடைய வேண்டுமல்லவா? இளங்கோவடிகளின் அரசியல் இலக்குத்தான் என்ன?

அடிகளாரின் காலத்தில் சேர, சோழ, பாண்டிய அரசுகள் ஒரே மொழியினையும் ஒரே பண்பாட்டினையும் கொண்டிருந்தாலும் மூன்று அரசுகளும் தம்முள் பகை கொண்டு இருந்தன. மொழியும் பண்பாடும் மக்களை இணைத்தன. அரசியல் தலைவர்கள் மக்களைப் பிரித்து வைத்தனர். இந்தப் பிரிவுகள் மறைந்து மொழிவழி மாநிலமாகத் தமிழ்நாடு என்று ஒன்று உருவாகவேண்டும் என்பதே இளங்கோவடிகளின் அரசியல் இலக்காகும்.

தமிழ் இலக்கியத்தில் முதன் முதலாகத் தமிழ்நாடு என்னும் சொல்லை இளங்கோவடிகளே உருவாக்கிப் பயன்படுத்தினார் என்பதையும் இங்கே நாம் நினைத்துப் பார்க்கவேண்டும்.

உவமை தொட்டுக் காண்டப் பிரிவுவரை தன் அரசியல் உணர்வுகளை அடிகள் பொதிந்து வைத்திருக்கிறார் என்பதோடு அவரது அரசியல் இலக்கினை உணர்த்தும் இன்னுமொரு செய்தியினையும் நாம் கண்டு கொள்ள வேண்டும்.

தம் காப்பியம் முழுவதும் மூன்று அரச மரபுகளையும் வாய்ப்புக் கிடைக்கும் போதெல்லாம் அவர் வாழ்த்து கிறார். கண்ணகி கோவலன் காலத்துச் சோழ மன்னன் பெயரைக்கூடத் தம் காப்பியத்தில் இளங்கோவடிகள் ஓரிடத்தும் குறிப்பிடவில்லை. ஆயினும் சோழ அரச மரபை வாழ்த்துகிறார், வஞ்சிக் காண்டத்து வாழ்த்துக்காதை முழுவதும் மூன்று அரச மரபினையும் திரும்பத்திரும்ப வாழ்த்தி மகிழ்கிறார்.

"தென்தமிழ்நாட்டுச் செழுவில் கயல் புலி" என மூவரசர் களின் சின்னங்களையும் சேர்த்துத் தமிழ் நாட்டின் அரசியல்

சின்னமாக்குகிறார். எனவே ஒன்று பட்ட தமிழ்நாடு என்பது இளங்கோவடிகளின் அரசியல் இலக்கு ஆகும்.

இளங்கோ பழிக்கு அஞ்சும் அரசியல்வாதி. அறவழி போற்றும் அரசியல்வாதி, தமிழ்நாட்டை ஒற்றுமைப் படுத்திய அரசியல்வாதி. மொழிவழி மாநிலம் என்னும் கோட்பாட்டை முதலில் கண்டுணர்ந்து சொன்ன அரசியல்வாதி.

4

புதுமையாளர் பாரதி

"சொல் புதிது, பொருள் புதிது சுவை புதிது
காலத்தால் அழியாத சோதிமிக்க நவகவிதை"
பாரதி தன் கவிதையைப் பற்றிச் சொல்லிக்
கொண்ட வரிகள் இவை. பாரதிக்குமுன்
வேறு எந்தத் தமிழ்க் கவிஞருக்கும் இவ்வளவு
தன்னம்பிக்கை இருந்ததில்லை. ஏனென்றால்
பாரதிக்கு முன் இருந்த தமிழ்க் கவிஞர்கள்
யாரும் மாறிவரும் சமூகத்தைப் பற்றி எண்ணிப்
பார்க்கக்கூட இல்லை. மாறிவரும் சமூகத்தில்
எல்லாம் புதிது புதிதாய்ப் பிறக்கும். பாரதியின்
காலமும் அதுவே. எனவே பாரதியின் பார்வை
'நேற்று' என்பதைவிட 'நாளை' என்பதில் அதிக
மாகப் பதிந்திருந்தது.

உலகின் கிழக்குப் பகுதியும் மேற்குப்
பகுதியும் சந்தித்த காலத்தில் பாரதி வாழ்ந்தார்.
கிழக்கு உலகம் ஐரோப்பியர்களின் விஞ்ஞான
அறிவைக் கண்டு அப்போது மலைத்துப்
போய் இருந்தது. மேற்கு உலகமோ கிழக்கு
உலகத்தில் பண்பாட்டு வேர்களைக் கண்டு
அளக்க முனைந்து கொண்டிருந்தது. பாரதி

ஆங்கிலத்திலும் தேர்ச்சி பெற்றவர். எனவே ஐரோப்பிய விஞ்ஞானத்தையும் அதன்வழி உலக அரசியலையும் புரிந்துகொண்டவர். தமிழ்நாட்டின் எல்லைக்கு வெளியே வடநாட்டில் காசியில் இரண்டு ஆண்டுக்காலம் வாழுகின்ற வாய்ப்பும் பாரதிக்குக் கிடைத்திருந்தது. தமிழ்மொழியின், பண்பாட்டின் வேர்களையும் பாரதி நன்கு அறிந்திருந்தார். எனவே பாரதியின் புதுமைப் பார்வை விரிவானதாகவும் வேகமுடையதாகவும் அமைந்திருந்தது.

புத்தம்புதிய கலைகள் நாள்தோறும் மேற்கில் வளர்வதைப் பாரதி அறிந்திருந்தார். மரபு வழிக் கவிதையை மாற்றிவிட்டு 'சந்தி தெருப் பெருக்கும் சாத்திரம் முதல் சந்திர மண்டலத்துச் சாத்திரம் வரை' கல்வியின் பரப்பு வருங்காலத்தில் விரிந்துவிடும் என்பது பாரதிக்குத் தெரியும், எனவேதான் பழமையிலே பெருமைகொண்ட வேதத்தைக்கூட மாற்றி அமைக்கவேண்டும் என்று பாரதியின் மனம் ஆசைப்பட்டது. 'வேதம் புதுமை செய்' என்பது பாரதியின் புதிய ஆத்திசூடி . . .

புதுமையிலே நாட்டம் கொண்டவர் பழமையினை அப்படியே ஏற்றுக் கொள்ள முடியாது. பாரதியின் காலத்தில் சராசரித் தமிழனும் இந்தியனும் தங்கள் பழமையிலே பெருமை உணர்வு கொண்டிருந்தார்கள். இந்தப் பழமை உணர்வு ஒரு போதையாகவே ஆகிவிட்டிருந்தது. இதற்கு மாறாகப் பாரதிக்கு நாட்டின் கடந்தகால வரலாற்றில் அச்சமும் அடிமையுணர்வும் மூடத்தனங்களும் மண்டிக் கிடந்தது கண்ணுக்குத் தெரிந்தது.

புல்லடிமைத் தொழில் பேணி பண்டு
போயின நாட்களுக்கு இனிமனம் நாணி

என்றும்,

கோத்த பொய் வேதங்களும் – மதக்
கொலைகளும் அரசர் தம் கூத்துக்களும்
மூத்தவர் பொய்ந்நடையும் – சில
மூடர்தம் கவலையும் அவள் புனைந்தாள்,

நாள் மலர்கள்

என்றும் பழமையை மதிப்பிட்டார் பாரதி. எனவே பழமை நிராகரிப்பு என்பது பாரதியின் கவிதைப் பண்புகளில் ஒன்றாக அமைந்திருந்தது.

மொழி, சமூகம், அரசியல் பற்றிய சிந்தனைகளில் பாரதி புதிய அளவுகோலை உருவாக்கினார். அளவு கருவிகளில் ஏற்படும் மாற்றத்தை அவ்வளவு விரைவில் எல்லாராலும் ஏற்றுக்கொள்ள முடியாது. அளந்து வாங்கிய அரிசியையும் எண்ணெயையும். நிறுத்து வாங்கத் தொடங்கியபோது நம்முடைய சமூகம் – குறிப்பாகப் பெண்கள் – பட்டபாடு கொஞ்சமா?

நடைமுறைவாழ்வுக்கு எதிரான அச்சமும் தேவையற்ற நாணமும் நாய்களுக்கு இருக்கட்டும், பெண்களுக்கு வேண்டாம் என்று பாரதி சொன்னபோது அன்றைய சமூகம் கண்ணை மூடி நெற்றியைச் சுருக்கிக் கொண்டது. ஆயினும் பாரதி இதுபற்றிக் கவலைப்படவில்லை. கால்வைத்த துறையிலெல்லாம் பாரதியின் எழுத்து புதுமை செய்தது.

“இந்த நிமிஷத்தில் தமிழ் ஜாதியின் அறிவு, கீர்த்தி வெளியுலகத்தில் பரவாமல் இருப்பதை நான் அறிவேன். போன நிமிஷம் தமிழ் அறிவொளி சற்றே மங்கியிருந்ததை யும் நான் அறிவேன். ஆனால் போன நிமிஷம் போய்த் தொலைந்தது. இந்த நிமிஷம் சத்தியம் இல்லை. நாளை வரப்போவது சத்தியம். மிகவும் விரைவிலே தமிழன் ஒளி உலக முழுவதிலும் பரவாவிட்டால் என் பேரை மாற்றி அழையுங்கள்”. இது 1911ஆம் ஆண்டு ஏப்ரல் மாதம் 3ஆம் தேதி சுதேசமித்திரன் இதழில் பாரதி எழுதியது.

இப்படி ஒரு நம்பிக்கையைத் தமிழர்கள் நெஞ்சில் விதைத்துவிட்டுப் பாரதி சும்மா இருக்கவில்லை. இத்தாலி, பெல்ஜியம், ருஷ்யா, ஆகிய நாடுகளின் அரசியல் நடப்புகளைப் பற்றிக் கவிதை பாடினார். ‘வடவேங்கடம் தென்குமரி’ எல்லைக்குள் வாழ்ந்துகொண்டிருந்த

தமிழ்க்கவிதை அப்போதுதான் உலக அரசியலைத் தன் கண்ணால் கண்டது. பாரதி படைத்த முதல் புதுமை இது.

பாரதி படைத்த மற்றொரு புதுமை, பிறமொழிக் கவிதைகளைத் தமிழாக்கம் செய்தது ஆகும். வடமொழி, வங்கமொழி, ஆங்கிலம் ஆகிய மொழிகளிலிருந்து பாரதி பல கவிதைகளைத் தமிழில் மொழிபெயர்த்தார். அவற்றில் குறிப்பிட்டுச் சொல்லத்தகுந்தது ‘வந்தே மாதரம்’ என்ற வங்கமொழிக் கவிதையாகும். “விடுதலைக்கு மகளிரெல்லாம்” என்ற பாரதியாரின் கவிதை சியூசின் என்ற சீனப் பெண் கவிஞரது பாடலின் மொழிபெயர்ப்பாகும். இன்று பரவலாகப் பேசப்படும் புதுக்கவிதை 19ஆம் நூற்றாண்டின் கடைசிப் பகுதியில் அமெரிக்காவில் பிறந்ததாகும். புதுக்கவிதை முன்னோடியான வால்ட் விட்மனைப் பற்றித் தமிழில் எழுதிய பாரதி, வசன கவிதை என்ற பெயரில் தமிழனுக்குப் புதுக்கவிதையில் பயிற்சி தந்தார். இதைவிட வியப்பான செய்தி ஒன்று உண்டு. ஜப்பானியக் குறுங்கவிதை வடிவமான ஹைகூ இன்று தமிழ்க் கவிதையுலகில் செல்வாக்குப் பெற்றிருக்கிறது. மன்யோசு வடிவக்கவிதை தமிழில் அறிமுகமாகி இருக்கிறது. 80 ஆண்டுகளுக்கு முன்னால் பாரதி ஜப்பானியக் கவிதை வடிவம் பற்றிக் கட்டுரையே எழுதினார். எழுதிவிட்டு கொகூசி என்ற சீனப் புலவரின் ஹைகூ கவிதை ஒன்றையும் மொழிபெயர்த்துத் தருகிறார்.

தீப்பட்டெரிந்து
வீழுமலரின்
அமைதியென்னே

இந்தக் கவிதை தன் வீடு தீப்பிடித்து எரிந்தது கண்டு ஒரு ஜப்பானியக் கவிஞரால் எழுதப்பட்ட கவிதையாகும். சுருங்கச் சொல்லும் இந்தக் கவிதை வடிவினைப் பாராட்டும் பாரதி “நமக்குள்ளே திருக்குறள் இருக்கிறது” என்றும் நினைவுபடுத்துகிறார்.

நெடுங்காலம் வரை பாரதியைக் கவிஞர் என்று மட்டுமே தமிழுலகம் அறிந்துகொண்டது தமிழருக்குப்

பெரிய நட்டமாகும். தமிழ் உரைநடைக்கும் இதழியல் துறைக்கும் சிந்தனை வளர்ச்சிக்கும் பாரதி ஆற்றிய தொண்டு மிகப்பெரியது: பல பரிமாணங்களை உடையது. பாரதி அளவுக்குத் தமிழிலே பலதுறைக் கட்டுரைகளை எழுதியவர் இன்றுவரை யாருமில்லை என்றுதான் சொல்ல வேண்டும். மொழிபெயர்ப்பு, உலக அரசியல், பொருளாதாரம், மக்களின் பழக்க வழக்கங்கள். இசை, பெண் விடுதலை. தொழிலாளர், கல்வி என்று பல துறை களிலும் பாரதி கட்டுரை எழுதினார். நவீன ருஷ்யாவின் விவாக விதிகள் பற்றியும் பாரதி கட்டுரை எழுதியுள்ளார். ஆர்மோனியம் என்ற இசைக் கருவி நம்முடைய மரபிசைக்கு எவ்வாறு கேடு விளைவிக்கிறது என்றும் அவரால் எழுத முடிகிறது. தியானங்களும், மந்திரங்களும் பற்றிக் கட்டுரை எழுதுகிற பாரதியின் கை அறிவியல் தமிழின் வளர்ச்சிக்குக் கலைச் சொல்லாக்கத்தின் தேவைபற்றியும் கட்டுரை எழுதுகிறது. உண்மையைத் தேடும் முயற்சியும் அந்த முயற்சியில் பிறக்கின்ற பெருமிதமும் பாரதி கட்டுரையின் தனித்த பண்புகள் ஆகும். இன்னமும்கூட பாரதியின் பெருமிதநடை பெரும்பாலான தமிழர்களுக்குக் கைவரவில்லை.

சுதேசமித்திரன் இதழிலே பயிற்சிபெற்ற பாரதி ‘இந்தியா’ பத்திரிகையைத் தானே பொறுப்பேற்று நடத்தினார். அவ்விதழில்தான் முதன்முதலாகக் கருத்துப் படங்கள் வெளிவந்தன. தமிழ் இதழியலில் கருத்துப்படங் களை அறிமுகப்படுத்திய பெருமை பாரதிக்கே உரியது. அவர் சிலகாலம் உதவி ஆசிரியராகப் பணியாற்றிய தமிழ்நாளேடான ‘சுதேசமித்திரன்’ கூட அக்காலத்தில் கருத்துப்படங்களை வெளியிடவில்லை என்று மதிப்பிடு கின்றனர் ஆய்வாளர்கள். பாரதி தமிழுக்குப் படைத்த புதுமைகளில் இதுவும் ஒன்று. பாரதி பெண்களுக்காக நடத்திய பத்திரிகை ‘சக்கரவர்த்தினி’ இந்தப் பத்திரிகையின் அட்டையில், தமிழ்நாட்டு மாதர் அபிவிருத்தியையே நோக்கமாகக் கொண்டு வெளியிடப்படும் தமிழ் மாதாந்த

பத்திரிகை' என்று அச்சிடப்பட்டிருந்தது. மாதர்க்கான பொழுதுபோக்குப் பத்திரிகைகளே பெருகிக் கிடக்கின்ற இக்காலத்தில் இது எண்ணிப் பார்க்க வேண்டிய செய்தியாகும். அரசியல் வரலாறு, தன்வரலாறு ஆகிய துறைகளிலும் பாரதியின் முயற்சி தமிழுக்குப் புதியனவாகும். வரலாற்றினை எழுத முனைந்தார் பாரதி. 'சுய சரிதை' என்ற "பாரத ஜனசபை" என்ற பெயரில் காங்கிரசு இயக்கத்தின் பெயரில் கவிதையில் தன் வரலாற்றினை எழுத முயற்சித்தார். பாரதியின் நண்பர் வ.உ.சி தன்வரலாற்றைக் கவிதையில் எழுதியதற்கு இதுவே வழிகாட்டியாகும்.

பாரதி தமிழுக்கு அறிமுகப்படுத்திய எழுத்து உத்திகளில் ஒன்று உருவக நடையும் உருவகக் கதையும் ஆகும். "ஓநாயும் வீட்டு நாயும்" என்ற சிறிய கதை. 'விடுதலை உணர்வே மேலான உணர்வு' என்பதை விளக்கும் உருவகக் கதையாகும். தன் இளமைக்கால வரலாற்றை சின்ன சங்கரன் கதை என்ற பெயரில் பாரதியார் உருவகமாகவே எழுதியிருக்கிறார்.

அவ்வப்போது நிகழும் உலக நடப்புகளை அலச கழுகார் (ஜூவி) ராங்கால் (நக்கீரன்) அனுஅக்கா ஆன்ட்டி (குமுதம்) என இப்போது இதழ்கள் பல உத்திகளைக் கையாளுகின்றன. இவையனைத்துக்கும் வழிகாட்டியாக அமைவது பாரதியாரின் தராசுக் கடை. தராசு என்ற பெயரில் தன்னையே உருவகப்படுத்திக்கொண்டு உலக நடப்புகளை எழுதிவந்தார் பாரதி.

தமிழ் எழுத்து உலகம் பாரதிக்குப் பெரிதும் கடன் பட்ட இன்னுமோர் இடமும் உண்டு. அதுதான் பாரதியின் நகைச்சுவை உணர்வு. ஒன்றிரண்டு விதிவிலக்குகள் தவிர, பாரதிக்கு முந்திய *500* ஆண்டுகளில் தமிழில் நகைச்சுவை உணர்வு கலந்த எழுத்துகளே நமக்குக் கிடைக்கவில்லை. இதனால் தமிழர்கள் அக்காலத்தில் சிரிக்க மறந்துபோனர்கள் என்று நாம் கருதிவிடக் கூடாது. நகைச்சுவை உணர்வு தமிழ் எழுத்துலகில் அக்காலத்தில் மதிக்கப்பெறவில்லை

என்பதுதான் உண்மை. வேறுவகையில் சொல்வதானால் அக்காலத்துத் தமிழ் எழுத்துலகம் எளிய மனிதர்களையும் அவர்கள் உணர்வுகளையும் கருத்தில் கொள்ளாத மெத்தப் படித்தவர்களின் உலகமாக இருந்தது. இந்தப் பின்னணியில் நாம் பாரதி நகைச்சுவையுணர்வோடு எழுதியதைப் பார்க்க வேண்டும். தமிழிசையை மறந்துவிட்டு ஏழெட்டுத் தெலுங்குப் பாடல்களையே தமிழர்கள் திரும்பத்திரும்பக் கேட்டுக் கொண்டிருந்தபோது பாரதி எழுதினார், "தோற்காது உடைய தேசங்களிலே இந்தத் துன்பத்தைப் பொறுத்துக் கொண்டிருக்க மாட்டார்கள்" என்று. 'நான்கு நாட்களாக ஊரெல்லாம் ஒரே மழை. உலர்ந்த தமிழன் மருந்துக்குக்கூட அகப்பட மாட்டான்' பாரதியின் மழை வருணனை இது.

பாண்டிச்சேரி வாழ்க்கையிலே தான் சந்தித்த மனிதர்களில் ஒருவரை அறிமுகப்படுத்துகிறார் பாரதி. "கொங்கண பட்டர் (இவர் பெருமாள் கோயில் பட்டர்.) ஏழரையடி உயரம். இவரை யார் வேண்டுமானாலும் வையலாம். வேஷ்டியைப் பிடித்து இழுக்கலாம். மேற்படி வீராசாமி நாயக்கர் இவருடைய தலையில் கால்மணி நேரத்திற்கொருதரம் குட்டுவார். இவருக்குக் கோபம் வராது. இவருடைய ஜாதகத்திலே கோபத்திற்குரிய கிரகம் சேரவில்லையென்று கேள்வி" இதுவும் பாரதிப்புதுமைதான். இடையிலே ஐந்தாறு நூற்றாண்டுகளாகச் சிரிக்க மறந்து போன தமிழர்களுக்கு எழுத்துலகில் மறுபடியும் உயிர் தந்தவர் பாரதி.

"இன்று புதிதாய்ப் பிறந்தோம்" என்பது பாரதியாரின் முழக்கம். அவருடைய எழுத்துகளைப் படிக்கும் போதெல்லாம் நமக்கும் அப்படித்தான் இருக்கிறது.

5

அறிவியல் தமிழ்

தமிழுக்குப் புதுவாழ்வு தந்த மாபெரும் கவிஞர் பாரதி எண்பது ஆண்டுகளுக்கு முன்னர், "வீதிதோறும் தமிழ்ப் பள்ளிக்கூடங்களைப் போட்டு ஐரோப்பியச் சாத்திரங்களையெல்லாம் தமிழில் சொல்லிக் கொடுக்க ஏற்பாடு செய்ய வேண்டும்." என்று எழுதினார். இன்று புகழ் பெற்ற அறிவியலாளரும் கவிஞருமான வா.செ. குழந்தைசாமி.

திருக்குறளும் சிலம்பொலியும் கம்பன் செய்த சித்திரமும் தேவையெல்லாம் தீர்ப்பதுண்டா?"

என்று ஒரு கேள்வியினை எழுப்பிவிட்டு,

ஊசிசெய்யும் சிறு தொழிலின் நுட்பம் கூற ஒரு கோடி நூல் வேண்டும் தமிழில். இந்தக் காசினியில் இன்றுவரை அறிவின் மன்னர் கண்டுள்ள கலைகளெல்லாம் தமிழில் எண்ணிப்

பேசிமகிழ் நிலை வேண்டும்.

என்று நாம் செல்ல வேண்டிய திசை நோக்கியும் கைகாட்டுகிறார். ஒரு நூற்றாண்டுக் காலம்

நம்முடைய முன்னோடிகள் சிந்தித்தும்கூட அறிவியல் தமிழ் என்பது இன்றும் கனவாகவே இருக்கிறது.

நம்முடைய முன்னோர்கள் ஒரு தமிழ் என்று நில்லாது தம்முடைய தேவை கருதி முத்தமிழாக மொழியைப் பகுத்து வைத்து வளர்த்தனர். அவர்கள் காலத்திற்கு அது போதும். காலத்தின் தேவைக்கேற்ப நாம் மாறுவது போல நம்முடைய மொழியும் மாறவேண்டும். மாற்றங்களை ஏற்றுக்கொள்ள மறுத்தால் நம்முடைய மொழி வளர்ச்சியும் தடைபட்டுப் போகும். நாமும் வளர்ச்சி குன்றியவர்கள் ஆவோம்.

உலகின் அறிவியல் வளர்ச்சி இன்று மிகுந்த வேகம் உடையதாக ஆகிவிட்டது. கணிப்பொறிகள் அந்த வேகத்தை இன்னும் பலமடங்கு பெருக்கிவிட்டன. மேலைநாடுகள் கல்வியுகம் என்னும் புத்தகப் படிப்பு யுகத்தைத் தாண்டித் தொழில் நுட்ப யுகத்துக்குள் காலடி எடுத்து வைத்துவிட்டன. இந்த வேகத்திற்கு நாம் ஈடு கொடுத்து ஆகவேண்டும்.

இருநூறு ஆண்டுகளாக நம்மை ஆங்கிலேயர் ஆண்டனர். ஆங்கிலத்தின் வழியேதான் நாம் அறிவியலையும் அறிவியல் உலகத்தையும் அறிந்தோம். இதன் விளைவாக நம்நாட்டில் முதலில் படித்தவர்கள் ஆங்கிலம் மட்டுமே அறிவியல் மொழி என்று தப்புக் கணக்குப் போட்டு விட்டார்கள். அதையே நமக்கும் சொல்லிக் கொடுத்தார்கள். அறிவியலில் பெருவளர்ச்சி பெற்றிருக்கிற பிரான்சு, ஜொமனி, இரஷ்யா போன்ற மேலைநாடுகளும், ஜப்பான் போன்ற கீழை நாடுகளும் தங்கள் தாய்மொழியில்தான் அறிவியலைக் கற்பிக்கின்றன. இந்த உண்மையை மனத்தில் கொண்டு நாம் நம் முன்னவர்கள் சொன்ன தப்புக் கணக்கைத் திருத்திக் கொள்ளவேண்டும்.

தாய்மொழியில் அறிவியல் கற்பித்த நாடுகளில் இருந்துதான் நாம் இன்றுவரை அறிவியல் அறிவினையும் அறிவியல் கருவிகளையும் இறக்குமதி செய்துகொண் டிருக்கிறோம். அறிவியல் மனப்பான்மையும் *(Scientific bent of mind)* அறிவியல் கண்டுபிடிப்புகளும் நம்மிடம் வளராததற்கு தாய்மொழியில் அறிவியல் கற்பிக்கப்படாதது பெருங்காரணமாகும். இந்த வகையில், பிறந்து ஐம்பது ஆண்டுகளுக்குள் தாய்மொழியில் அறிவியலைக் கற்பித்து உலகின் பெரிய சக்திகளுள் ஒன்றாக வடிவெடுத்த இஸ்ரேல் என்னும் சிறிய நாடு நமக்கு ஒரு பாடமாகும்.

அறிவியலைத் தமிழில் கற்பிக்கும் முயற்சிகள் 19ஆம் நூற்றாண்டிலேயே தமிழில் தொடங்கிவிட்டன. திருநெல்வேலியில் ஆயராக இருந்த இரேனியஸ் அடிகளார் என்னும் செர்மானியர் 1832இல் "பூமி சாஸ்திரம்" என்னும் நூலைத் தமிழில் எழுதி வெளியிட்டார். (அறிஞர் ஃபாரடே மின்சாரத்தைக் கண்டுபிடித்ததற்கு (1831) மறுஆண்டு இது நிகழ்ந்தது) இலங்கையில் வாழ்ந்த அமெரிக்கரான டாக்டர். சாமுவேல் கிரீன் என்பவர் 1850–1880 காலப்பகுதியில் உடல்கூறு இயல், இரசாயனம், மகப்பேறு மருத்துவம் பற்றிய நூல்களைத் தமிழில் எழுதியதோடு தம் மாணவர்களுக்குத் தமிழில் கற்பிக்கவும் செய்தார். கி.பி. 1900இல் சேலம் பகடால நரசிம்மலு நாயுடு என்பவர் 'வியவசாயம்' என்னும் அறிவியல் தமிழ் நூலை எளிய தமிழில் எழுதி வெளியிட்டார். அதன் பின்னர் இந்தத் துறையில் போதிய முயற்சிகள் நடைபெறவில்லை. நாட்டு விடுதலைக்குப் பிறகு சைவசித்தாந்த நூற்பதிப்புக் கழகத்தாரும் நியூ செஞ்சுரி புக் அவுஸ் நிறுவனத்தாரும் அறிவியல் தமிழ் நூல்களை வெளியிட்டனர். கோவையிலிருந்து வெளிவந்த கலைக்கதிர் இதழும் தொடர்ந்து அறிவியல் தமிழ் வளர்ச்சிக்குத் தொண்டாற்றியது.

அறிவியல் தமிழின் வளர்ச்சிக்கு இன்று முதற் பெருந்தடையாக இருப்பது சமுதாயத்தில் பரவியுள்ள ஆங்கில மோகமும் தாழ்வு மனப்பான்மையும் ஆகும். இரண்டாவது தடை. ஆழ்ந்த வேர்களும் உயிரோட்டமும் உடைய தமிழ் மொழியில் காலத்திற்கேற்ற மாறுதல்களை நாம் உருவாக்காததே ஆகும். இவற்றுள் முதல்தடை

உளவியல் ரீதியானது. மொழி பற்றிய கல்வியினால் இவற்றை நாம் தகர்க்க வேண்டும்.

வளர்ச்சிக்கு வாய்ப்பான மாற்றங்களை நாம் தமிழ் மொழியில் உருவாக்குவதே அடுத்துச் செய்ய வேண்டிய தாகும். அவை தமிழில் எழுத்துச்சீரமைப்பு, தமிழ்க் கலைச்சொல் உருவாக்கம், புதிய அறிவியல் நூல்கள் போன்றனவாகும். கலைச் சொல்லாக்கப் பணியில் தமிழ் நாட்டரசு, பல்கலைக்கழகங்கள். கலைக்கதிர் போன்ற தனியார் நிறுவனங்கள் போன்றவை ஓரளவு பணி செய்துள்ளன. கரிம வேதியியல். அடிப்படை அறிவியல், பயனுறு அறிவியல் ஆகிய துறைகளில் கலைச்சொல்லாக்க அகராதிகளைக் கலைக்கதிர் நிறுவனம் வெளியிட்டுள்ளது. தமிழ்நாட்டுப் பல்கலைக்கழகங்கள் சிறிய அளவு கலைச் சொல்லாக்கங்களை வெளியிட்டுள்ளன. தமிழ்ப் பல்கலைக் கழகத்தின் அறிவியல் தமிழ்த்துறையினர் ஆயிரக்கணக்கானக் கலைச்சொற்களைத் தொகுத்துள்ளனர். அறிவு வளர வளரக் கலைச்சொற்கள் மாறும் தன்மையன, ஒரு மொழியின் கலைச்சொற்களைப் பயன்படுத்தும் முறையில் ஒருமை *(uniformity)* வேண்டும் அவை தரம் உடையனவாகவும் *(standard)* இருத்தல் வேண்டும். எனவே அறிவியல் தமிழ்க் கலைச்சொற்களை மையப்படுத்தவும் தரப்படுத்தவும் நிறுவனம் ஒன்று அமைக்கப் பெறவேண்டும்.

அறிவியல் தமிழ் வளர்ச்சிக்கு முதல் தேவை தமிழ் எழுத்துச் சீரமைப்பு ஆகும். இருபதாம் நூற்றாண்டில் வளர்ந்த நாடுகள் எல்லாம் தங்கள் தேவைக்கேற்பத் தங்கள் மொழியினை மாற்றி அமைத்திருக்கின்றன. சில மொழிகள் ஒட்டுமொத்த எழுதும் முறையினையும் மாற்றி அமைத்திருக்கின்றன. எடுத்துக்காட்டாக, மேலிருந்து கீழாக எழுதிய ஜப்பானியர் இன்று இடமிருந்து வலமாக எழுதுகின்றனர். வேறு சில மொழியினர் தங்கள் மொழியில் எழுத்துகளின் எண்ணிக்கையைக் குறைத்துள்ளனர்.

தமிழ்நாட்டில் பெரியார் ஈ.வெ.ரா. தான் தமிழ் எழுத்துகளைச் சீரமைக்க வேண்டும் என்ற கருத்தினை

முதன்முதலில் பேசியவரும் செய்து காட்டியவரும் ஆவார். உயிர்மெய் எழுத்துகளில் புழங்கும் குறியீடுகளைக் குறைத்துக் காட்டினார் அவர். குறிப்பாக ஆகார, ஐகாரக் குறியீடுகள் பலவகைப்பட்டவையாக இருந்தவற்றை அவர் ஒருமைப்படுத்தினார். னா, ணா, றா, அய், லை, ளை, னை, என்று அவர் எழுதிக்காட்டினார். இன்று வா. செ. குழந்தைசாமி தமிழ் எழுத்துக்களில் நாம் பின்பற்றும் 124 குறியீடுகளை எப்படிக் குறைக்கலாம் என வழிகாட்டி யுள்ளார். உயிர்மெய் எழுத்துகளில் இகரம். ஈகாரம், உகரம், ஊகாரம் ஆகியவற்றுக்கு நாம் பயன்படுத்தும் 72 குறியீடுகளை அவர் நான்கு குறியீடுகளாகக் குறைத்துக் காட்டுகிறார். இவ்வகையான மாற்றங்களே தமிழ் மொழி யைக் கணிப்பொறியுகத்திற்கு இட்டுச் செல்லக்கூடும். ஒவ்வொரு நூற்றாண்டிலும் தமிழ் எழுத்துகளின் வரிவடிவம் மாறிவந்ததை நமக்குக் கல்வெட்டுகள் காட்டு கின்றன. இவ்வகையான மாற்றங்களே மொழியின் உயிர்த் தன்மையைக் காத்திருக்கின்றன என்பதையும் நாம் உணரவேண்டும்.

மேற்குறித்த இரண்டு தேவைகளையும் மனத்தில் கொண்டு எழுத்துச் சீரமைப்புடன் தமிழில் புதிய அறிவியல் நூல்கள் எழுதப்பட வேண்டும், தமிழ்நாட்டுப் பாடநூல் நிறுவனத்தார் 1970களில் வெளியிட்டுள்ள அறிவியல் தமிழ் நூல்கள் புதிய நூல்கள் எழுதுவோர்க்கு வழிகாட்டியாக அமையும். இன்று தமிழ் படித்தவர்களைவிட அறிவியல் படித்தவர்களும் அறிவியலாளரும் தாம் அறிவியல்தமிழ் முயற்சிகளில் முன்நிற்கின்றனர். சென்னையில் உள்ள அண்ணா தொழில் நுட்பப் பல்கலைக்கழகம் “களஞ்சியம்” என்ற பெயரில் அறிவியல் தமிழ்க் காலாண்டிதழ் ஒன்றை வெளியிட்டு வருகிறது. காரைக்குடியில் உள்ள மைய மிகுமின் வேதியியல் ஆய்வு நிறுவனத்தார் (Central Electro Chemical Research Institute) அறிக அறிவியல்' என்னும் அறிவியல் தமிழ் இதழை வெளியிட்டு வருகின்றனர். இவ்விரு இதழ்களிலும் உயர்நிலை அறிவியல் கட்டுரைகள் பல வெளிவருகின்றன.

இன்று இத்துறையில் உழைத்து வரும் அறிவியலாளர்களில் நீர்வளத்துறை அறிஞர் டாக்டர். வா.செ. குழந்தைசாமி, இயற்பியல் அறிஞர் டாக்டர் பி.கே. பொன்னுசாமி. உயிரியல் அறிஞர் டாக்டர் அப்துல் ரகுமான், கணிப்பொறி அறிஞர் சுஜாதா, மருத்துவ அறிஞர் டாக்டர் நரேந்திரன், அறிவியல் தமிழ்த்துறையினரான டாக்டர் இராம சுந்தரம், டாக்டர் ராதா செல்லப்பன் ஆகியோர் குறிப்பிடத்தகுந்தவராவர். அறிவியலைத் தமிழில் கற்க சில ஆண்டுகளுக்கு முன்வரை தமிழ் மக்கள் உளவியல்ரீதியாகத் தயக்கம் காட்டி வந்தனர். இந்தத் தயக்கம் இப்பொழுது மெல்ல மெல்ல. மறைந்து வருகின்றது. தமிழ்நாட்டு இதழ்களும் இப்பொழுது அறிவியல் தமிழ் வளர்ச்சியில் நாட்டம் காட்டிவருகின்றன. ஆனால் இந்த முயற்சிகளுக்கு வானொலி, தொலைக்காட்சி போன்ற தகவல் தொடர்புச் சாதனங்களின் பங்களிப்பு போதிய அளவு இல்லை என்றே சொல்லலாம்.

காரணிகளில் ஒன்று, அறிவு வளர்ச்சிக்கான கருவி வளர்ச்சியாகும். இருபதாம் நூற்றாண்டு கண்ட மிகப்பெரிய அறிவியல் கண்டுபிடிப்பு 'கணிப்பொறி' ஆகும். கலப்பை, சக்கரம், நீராவிசக்தி ஆகிய கண்டுபிடிப்புகளைப் போல மனித குலத்தின் வரலாற்றைப் புதிய எல்லைகளுக்கு எடுத்துச்செல்லும் நான்காவது கண்டுபிடிப்பாகக் கணிப்பொறி அமைந்துள்ளது. உலக அளவில் கணிப்பொறி யினை ஆளுகைக்கு உட்படுத்திய மொழிகளாக ஆங்கிலத் திற்கு அடுத்தபடியாகத் தமிழும், ஸ்பானிய மொழியுமே இருக்கின்றன என்ற செய்தி நமக்கு மகிழ்ச்சியும் நம்பிக்கையும் தருவதாக அமைந்துள்ளது. இந்தியத் தமிழர்களோடு உலகின் பிறநாடுகளில் புலம் பெயர்ந்து வாழும் தமிழர்களும். இவ்வகை அறிவியல் தொடர்பினைத் தமிழ்மொழி வலிமையாகப் பற்றிக்கொண்டமைக்குக் காரணிகளாவார்கள்.

தமிழக அரசு 1999 பிப்ரவரியில் பலநாட்டு அறிஞர் களையும் அழைத்துச் சென்னையில் நடத்திய 'இணையம் 99' என்ற மாநாடு அறிவியல் தமிழ் வளர்ச்சியில்

குறிப்பிடத்தக்க ஒரு நிகழ்ச்சியாகும். இம்மாநாடு புத்தாயிரமாண்டு பிறப்பதற்குள் பலவகைப்பட்டதாக இருந்த கணிப்பொறித் தமிழ் விசைப் பலகைகளையும் (Key Boards) மென்பொருள்களையும் (Softwares) தரப்படுத்தித் (Standardise) தந்துள்ளது. கணிப்பொறியினைப் பற்றிக் கடந்த ஐந்தாண்டுக் காலத்தில் தமிழில் வெளிவந்துள்ள கட்டுரைகளும், நூல்களும், தமிழ் கம்ப்யூட்டர் போன்ற தரமிக்க ஆறு இதழ்களும் அறிவியல் தமிழின் வளர்ச்சியினை விரைவுபடுத்தியுள்ளன. கணிப்பொறியியல் குறித்த கடந்த நான்காண்டுக் காலத்தில் எண்பது தமிழ் நூல்கள் வெளிவந்து உள்ளன. புதிய நூற்றாண்டில் தமிழர்களின் முயற்சி ஆங்கிலம், பிரெஞ்சு, செர்மனி, ஜப்பான் போன்ற மொழிகளைப் போலத் தமிழையும் அறிவியல் மொழியாக ஆக்கிக் காட்டும் என்ற நம்பிக்கை பிறந்துள்ளது.

இம்மாநாட்டிற்குப் பின் தமிழ்நாட்டில் 23 வகையான தமிழ் மென்பொருட்கள் (Softwares) உருவாக்கப்பட்டு விற்பனைக்கு வந்துள்ளன. உலகளவில் இணையதளங்களில் தமிழ்மொழியின் இடம் விரிந்து வருகின்றது. விரைவில் சிங்கப்பூரில் நடைபெற உள்ள "தமிழ் இணையம் – 2000" மாநாட்டிற்குப் பின்னர் அறிவியல் தமிழ் வளர்ச்சி புதிய வேகம்பெறக்கூடும்.

6

பக்தியும் பாட்டும்

தமிழிலக்கியம் தொடர்ந்து இருபது நூற்றாண்டுகளுக்கு மேலாக உயிரோட்டமாய் வளர்ந்து வருகிறது. உலகில் இத்தகைய இலக்கியப் பெருமையினையுடைய மொழிகள் மிகச் சிலவே. இருப்பினும் இன்றுவரை நமக்குக் கிடைத்துள்ள தமிழிலக்கியங்களில் பெரும்பகுதி பக்தி இலக்கியமே ஆகும். எனவே தமிழைப் "பக்தியின் மொழி" என்று சிலர் கூறுகின்றனர். இவ்வாறு சொல்வதனால் தமிழ்நாட்டில் சில எதிர் விளைவுகளும் ஏற்பட்டன என்றாலும் இக்கூற்றில் செம்பாதி உண்மைதான்.

பழந்தமிழ் இலக்கியங்களைப் படிப்பது என்பதே பக்தியின் வெளிப்பாடு என்று நம்மில் சிலர் கருதிவிட்டனர். வாழ்க்கையின் பிற்பகுதியில்தான் அவற்றையெல்லாம் படிக்க வேண்டும் என்று அவற்றை ஒதுக்கிவைத்தும் விட்டனர். இதன் விளைவாக, தேவார திருவாசகம். திவ்வியப் பிரபந்தங்கள் ஆகிய சைவ, வைணவ இலக்கியங்களைப் படிப்பவர் தொகை மிகவும் குறைவாகிப்போனது.

வாழுகின்ற சமயங்களின் நிலையே இதுவானால் மறைந்துபோன அல்லது அருகிப்போன சமயங்களின் நூல்களைப் படிப்பவர்களைத் 'தேடிப்பிடிக்க வேண்டும்' என்பதே நடைமுறை உண்மையாகும். அருகிப்போன சமண, பௌத்த சமய இலக்கியங்களைத் தமிழ்நாட்டில் தமிழ் அறிஞர்கள் மட்டுமே படிக்கின்றனர். இதன் காரணமாகப் பக்தி இலக்கியம் படைத்தவர்களின் மொழி இலக்கியச் சிந்தனைகளைக் கடந்த 70 ஆண்டுகளாக நாம் உணராமல் விட்டுவிட்டோம். இது நமக்குப் பெரிய இழப்பாகும்.

சைவ, வைணவப் பக்தி இலக்கியவாதிகள் இக்காலத்தவர் நினைப்பதுபோல உலகத்தைத் துறந்து காட்டுக்கு ஓடியவர்கள் அல்லர். கண்களையும் பிறபுலன்களையும் அவித்துக் கொண்டவர்களும் அல்லர். மாறாக, அன்றாட மானிட வாழ்க்கையின் அனுபவங்களை அவர்கள் மதித்தவர்கள். அவற்றோடு தங்களையும் பிணைத்துக் கொண்டவர்கள். இதற்கான சான்றுகளைப் பக்தி இலக்கியத்திலும், இலக்கிய வரலாற்றிலும் நிறையவே காணமுடிகிறது. எடுத்துக்காட்டாக, பல்லவர் ஆட்சிக் காலத்தில், கி.பி. 640இல் தமிழ்நாட்டின் வடபகுதியிலும் நடுப்பகுதியிலும் ஒரு பெரிய பஞ்சம் ஏற்பட்டது. பஞ்சத்தில் தவிக்கும் மக்களிடத்தில் பக்தியைப் பரப்ப இயலுமா? எனவே பக்தி இலக்கிய முன்னோடிகள் மக்களின் துயரத்தில் பங்கெடுக்க முனைந்தனர். அக்காலத்தில் கோயில்கள் எல்லாம் சொத்துடைமை நிறுவனங்களாக வளர்ச்சி பெற்றிருந்தது மக்களின் ஆதரவால் அல்லவா? எனவே மக்களின் பசித்துயரம் தீர்ப்பதற்கு நாள்தோறும் கோயில் கருவூலத்திலிருந்து பொற்காசுகள் பெற்று அப்பரும், சம்பந்தரும் மக்களுக்குப் பணி செய்ததாகச் சைவ வரலாறு குறிப்பிடுகின்றது.

அக்காலத்தில் சமண, பௌத்த மதங்களின் செல்வாக்கால் துறவு நெறியே மக்களால் சிறப்பானதாகக் கருதப்பட்டது. 'குடும்பம் என்பது துன்பத்தின் தோற்றுவாய்', என்ற கருத்தும் பரவியிருந்தது. இசை, கூத்து, நாடகம்

போன்ற நுண்கலைகள் எல்லாம் புறக்கணிக்கப்பட்டு அவற்றின் வளர்ச்சி குன்றி இருந்தது. சாதாரண மனிதனின் வாழ்க்கைப் போராட்ட உணர்ச்சி இதன்காரணமாக மழுங்கடிக்கப்பட்டிருந்த சமுதாயத்தில், வீர உணர்வு மட்டுமல்லாமல் நகைச்சுவை உணர்வும் கூடக் குன்றி யிருந்தது. சுருக்கமாகச் சொன்னால் தனிமனித வாழ்க்கை யும் சமூக வாழ்க்கையும் தேக்கமுற்றுப் போயிருந்தன.

இந்த நிலைமையினைப் பக்தி இயக்கமும் அதன் முன்னோடிகளும் தாம் மாற்றிக்காட்டினர். சைவ, வைணவப் பக்தி இலக்கியவாதிகள் கடவுளைத் தன்னிகரற்ற தலைவனாக்கினார்கள்; வீரனாக்கினார்கள்; சிறந்த காதலனாக்கினார்கள;: சிறந்த இசைவாணனாகவும் நடனக்காரனாகவும் ஆக்கினார்கள்; மருத்துவனாகவும் பணியாளனாகவும்கூட ஆக்கினார்கள். கடவுளைத் தீராத விளையாட்டுப் பிள்ளையாகவும் நகைச்சுவையாள னாகவும் கூட ஆக்கிக்காட்டினார்கள். வாழ்க்கையில் நம்பிக்கை இழந்து போன மனிதனுக்கு நம்பிக்கை ஊட்டி அவனைத் தாங்கள் விரும்பும் வகையில் சமூகமனிதனாக ஆக்கிக் காட்டினார்கள்.

எடுத்துக்காட்டாகத் திருநாவுக்கரசர் தேவாரத்தைக் காணலாம். அவர் சைவக்குடியில் பிறந்து, திகம்பர (ஆடையில்லாச்) சமணராகச் சிலகாலம் வாழ்ந்திருந்து, கடுமையான சூலை நோய்க்கு ஆட்பட்டுப் பின்னர்ச் சைவசமயத்திற்கு திரும்பியவர். எண்பது வயதுவரை வாழ்ந்திருந்தவர். தாம் வணங்கும் சிவபெருமானை உரிமையோடு இவர் தம்பாடல்களில் கேலி செய்கின் றார். கடவுளைக் காதலனாகவும் மனித உயிர்களைக் காதலியாகவும் வைத்துப் பாடுவது பக்தி இலக்கிய மரபுகளில் ஒன்று. இதனை 'நாயகி பாவனை' என்பர். சிவபெருமானிடத்தில் காதல்கொண்ட ஒரு பெண்ணைப்பற்றி அவள் தாய் நினைப்பதாக ஒரு பாடல்.'உறவெல்லாம் பேய்க்கூட்டங்கள்' 'உண்ணுகின்ற பாத்திரமோ கபாலம்'. 'வசிக்கின்ற இடமோ சுடுகாடு'.

அவன் உடம்பில் ஏற்கனவே ஒரு பெண்ணை வேறு கொண்டிருக்கிறான். இப்படிப்பட்டவன் மீது எப்படி என் பெண் ஆசைப்பட்டாள் என்று ஒரு தாய் வியப்படைவ தாகப் பாடல்.

உறவு பேய்க்கணம் உண்பது வெண்தலை
உறைவது ஈமம் உடலிலோர் பெண்கொடி
துறைக ளார்கடல் தோணிபு ரத்துறை
இறைய னார்க்கிவள் என்கண்(டு) அன்பாவதே?

திருநாவுக்கரசரின் கேலிப்பேச்சு இத்தோடு நிற்கவில்லை; தொடர்கிறது. பிச்சாடனர் என்னும் நிருவாணக்கோலத்தில் சிவபெருமான் தாருகாவனத்தில் பிச்சைக்கு வந்ததாகச் சைவ மரபில் ஒரு கதை உண்டு. அதைச் சொல்லிவிட்டு', "இறைவனே, இமவான் மகள் உமையவள் உன் வீட்டிற்கு மணமகளாக வந்த அன்றும் உன் இடுப்பிலே கோவணம் மட்டும்தான் இருந்ததா? அல்லது வேறு ஏதாவது திருமண ஆடை இருந்ததா?" என்று கிண்டலாகக் கேட்கிறார் திருநாவுக்கரசர்.

நெடும்பொறை மலையர் பாவை நேரிழை நெறிமென்
கூந்தல்
கொடுங்குழை புகுந்த அன்றும் கோவணம் அரையதோ?

என்கிறார்.

சிவபெருமானின் திருமணத்தைக் கேலி செய்த பின்னரும்கூட அவர் நிறுத்தவில்லை. நம்மிடத்திலும் அவரைக் கேலி செய்கிறார் திருநாவுக்கரசர். 'உண்மை யிலேயே ஒன்றரைக் கண் உடையவர்களை எங்காவது பார்த்திருக்கிருக்கிறீர்களா?' என்று நம்மிடம் புதிர் போடுகிறார். அரைக்கண் பார்வைதான் நமக்குத் தெரியுமே தவிர, கண்ணே பாதியாக நாம் யாரையும் பார்த்த தில்லை. ஆனாலும் இதுகேலிப்பேச்சு என்று நமக்குத் தெரிகிறது. திருநாவுக்கரசர் தொடர்ந்து பாடுகிறார், 'அவர் வேறுயாருமில்லை நம்முடைய சிவபெருமான்தான்' என்று விடையினையும் சொல்லிவிட்டு விளக்கமும் தருகிறார்.

இன்றரைக் கண்ணுடை யாளங்கு மில்லை
இமயமென்னும்
குன்றரைக் கண்ணன் குலமகள் பாவைக்குக்
கூறிட்டநாள்
அன்றரைக் கண்ணுங்கொடுத் துமையாளையும் பாகம்
வைத்த
ஒன்றரைக் கண்ணன் கண்டீர் ஒற்றியூருறை உத்தமனே

சிவபெருமானை 'ஒன்றரைக்கண்ணன்' என்று அவர் கேலி செய்வதன் காரணம் என்ன? இறைவன் நம்மை அடிமைப்படுத்தும் எசமானன் அல்லன். அவன் நம்மவன்' என்ற நெருக்க உணர்வை நம்மிடம் ஏற்படுத்துவதுதான் அவர் நோக்கமாகும். இதுபோன்ற மேலோட்டமான உணர்வுகள் மட்டுமன்று, உரத்த சிந்தனைகள் சிலவும் அங்குண்டு. சங்க இலக்கியக் காலம் முடிந்தபின்னர் தமிழகத்தில் பெண்களுக்கான கல்வியுரிமை நெடுங்காலம் மறுக்கப்பட்டு இருந்தது. அப்படிப்பட்ட காலத்தில் திருநாவுக்கரசர் புதிய சிந்தனை ஒன்றை விதைக்கிறார். ஆகமங்களின் பொருளாகவும் அவற்றின் தலைவனாகவும் நின்று அவற்றைப் படைத்த சிவபெருமான் அவற்றை முனிவர்களுக்கு அருளினான். அத்துடன் அவன் நின்றுவிடவில்லை. தன் வீட்டில் அவன் தன்மனைவிக்கும் ஆசிரியனாக நின்று அவளுக்கு அவற்றைக் கற்றுக்கொடுத்தான்.

இணை யிலா இடை மருது ஈசன் எழு
பணையில் ஆகமம் சொல்லுந்தன் பங்கிக்கே

என்பது அவர் பாடல். பெண்ணும் ஆகமக்கல்விக்கு உரியவள். அவள் ஆகமங்களைப் படிப்பதில் தவறில்லை என்று கி.பி. ஏழாம் நூற்றாண்டில் பெண் உரிமை பேசிய அப்பரைத் தமிழ்நாடு மறக்கலாகுமா?

இத்துடன் ஒரு கவிஞனுக்கே உரிய சொல்லழகும் கற்பனையும் திருநாவுக்கரசரின் தேவாரப் பாடல்களில் நிறையக் காணக் கிடக்கின்றன. தாய்மடி போல இயற்கை யின் மடியிலே தவழுகின்றன சில கவிதைகள். இன்று

விஞ்ஞானத்தில் முன்நிற்கும் சில நாடுகள் இயற்கையை நேசிக்க நமக்குக் கற்றுக்கொடுக்க முயல்கின்றன. இது வேடிக்கையான ஒரு காலமுரண் *(Anachronism)* ஆகும். இந்தப் பின்னணியில் பின்வரும் பாடலைப் படித்துப் பாருங்கள்.

> மின்காட்டுங் கொடி மருங்குல் உமையாட்கென்றும்
> விருப்பவன்காண் பொருப்புவலிச்
> சிலைக்கையோன்காண்
> நன்பாட்டுப் புலவனாய்ச் சங்கமேறி
> நற்கனகக் கிழிதருமிக் கருளினோன்காண்
> பொன்காட்டக் கடிக்கொன்றை மருங்கு நின்ற
> புனக்காந்தள் கைகாட்டக் கண்டு வண்டு
> தென்காட்டுஞ் செழும்புறவில் திருப்புத்தூரில்
> திருத்தளியான் காண்அவன்என் சிந்தையானே

இறைவன் இயற்கையாகப் பரந்து நிற்கின்றான் என்னும் உணர்வினைப் பாடல் முதலில் நமக்கு ஊட்டி விடுகின்றது. அத்தோடு அழகிய சொல்லாட்சி, இயற்கைப் புனைவு இவற்றின் ஊடாகத் தலைவனைப்பாடும் திறம். அவனை அகத்திற்கும் புறத்திற்கும் தலைவனாகப்பாடும் உத்தி, தமிழ் மொழிப்பற்றோடு கூடிய ஒரு கதை அனைத்தும் சேர்ந்து கவித்திறம் இங்கே ஒரு நாட்டியத்தையே படைத்து விடுகின்றது.

வைணவத்தில் ஆழ்வார்களின் பாடல்களும் இப்படித்தான். நாயகி பாவனையில் திருமாலைப் பாடும் ஓர் ஆழ்வார், "வஞ்சக் கள்வன் மாமாயன்" என்கிறார். மற்றோர் ஆழ்வார். "நீ ஒருவர்க்கும் மெய்யனல்லை" என்று சினங்கொள்கிறார். பரகால நாயகி எனப்பெறும் திருமங்கையாழ்வாரோ, "புல்லாணி எம்பெருமான் பொய் கேட்டிருந்தேனே". என்று தன்னையே நொந்து கொள்கிறார். கடவுளை மனித அனுபவங்களுக்கு உட்படுத்திக்காட்டும் வித்தகம் இது.

தமிழ்ப் பக்தி இலக்கியத்தின் எல்லாப் பகுதிகளிலும் இதுபோல இயற்கையை நேசிக்கக் கற்றுக்கொடுக்கும் பண்பினைக் காணலாம். சுருக்கமாகச் சொல்வதானால்

தேவாரமும், திவ்வியப் பிரபந்தமும் அழுகைக்கும் அரற்றலுக்கும் உரிய இலக்கியங்கள் அல்ல. அவை மானிட வாழ்க்கையின் எல்லா அனுபவங்களையும் ஒளி நிறைந்ததாகக் காட்டுபவை. மனைவி மக்களை விட்டுவிட்டுக் காட்டுக்கு ஓடச் சொல்லுபவை அல்ல. இல்லறத்தை நல்லறமாகச் செய்யத் தூண்டுபவை, கடவுள். அஞ்சி நடுங்க வேண்டிய எசமானனும் அல்லன். தாயாய், தந்தையாய், தோழனாய், நம் உடன் நிற்பவன் என்ற உணர்வை ஊட்டுபவை. நம் இலக்கிய முன்னோர்கள் நமக்கு ஊட்ட முயன்றது பக்தி உணர்வுதானே தவிரப் பயபக்தி அன்று. 'அச்ச உணர்ச்சி', என்பது இறைவனை அடைவதற்கு எதிரான தடைக்கல்லாகும். அன்புணர்ச்சி தான் நேர்வழியாகும் என்பதே நம் முன்னோர்களின் கருத்தாகும்.

7

தமிழ் இதழியல்

கடந்த 150 ஆண்டுகளாக நம்முடைய சமூக வாழ்க்கை எவ்வளவோ மாறிப் போய் விட்டது. நகரங்களில் திறந்து கொண்டிருக்கும் தேநீர்க் கடைகளும், மிதிவண்டிகளில் பறந்துகொண்டிருக்கும் செய்தித்தாள் பையன்களும்தான் இக்காலத்தில் பொழுது விடிந்துவிட்டதற்கான அடையாளங்கள்; காலைப் பொழுதின் தூதுவர்கள். இந்த மாற்றம் ஒரு இரவுப் பொழுதில் நடந்தது அல்ல.

செய்தித்தாள் விற்கும் பையன்கள் வரப்பை ஒட்டிய சிறு வாய்க்கால்கள் என்றால் செய்தி நிறுவனங்களோ நாட்டின் போக்கையே திசைதிருப்பும் பெரிய நதிகளைப் போன்றவை. நாளிதழ்கள், வார இதழ்கள், பிறை இதழ்கள், மாத இதழ்கள், காலாண்டு, அரையாண்டு இதழ்கள் ஆண்டு மலர்கள் என்று இதழ் உலகம் விரிந்துகொண்டே போகின்றது.

கணிப்பொறி வளர்ச்சி காரணமாகத் தகவல் தொடர்புச் சாதனங்கள் இன்று அசுர வளர்ச்சி பெற்றிருக்கின்றன. ஒவ்வொரு நாட்டிலும் அதன் தலைவிதியையும் அதிகாரத்தையும் தீர்மானிக்கும் சக்திகளில் ஒன்றாக இதழ்கள் விளங்குகின்றன. இரும்பு, சிமெண்ட், உரத்தொழில்களைவிட இதழியல் வருவாய் தரும் தொழிலாக மாறிவிட்டது. இதழியல் தொழிலில்தான் ஒவ்வொரு நாளும் நவீன இயந்திரங்கள் வந்து குவிகின்றன. அதிகாரத்தில் இருப்பவர்கூட இதழியலாளர்களைக் கண்டுதான் அஞ்சுகின்றனர்.

பத்தொன்பதாம் நூற்றாண்டின் தொடக்கம்வரை ஏடும் எழுத்தாணியும் கல்வியும் சமூகத்தில் சிலருக்கு மட்டுமே வாய்த்திருந்தன. நம் நாட்டில் 1830க்குப் பிறகுதான் தாளும் மையும் தொட்டெழுதும் பேனாவும் சாதாரண மனிதனின் கைக்கு வந்துசேர்ந்தன. 1850க்குப் பிறகுதான் அச்சு இயந்திரத்தின் மூலம் கருத்தைச் சொல்லும் எண்ணமும் நம்பிக்கையும் நம் நாட்டு மக்களிடத்தில் அரும்பத் தொடங்கின.

1780 சனவரி 29ஆம் நாள் ஜேம்ஸ் அகஸ்டஸ் ஹிக்கி என்ற ஆங்கிலேயர் ஒருவர் இந்தியாவின் முதல் இதழைக் கல்கத்தாவில் வெளியிட்டார். 'பங்கால் கெசட்' என்னும் அந்த இதழ் இரண்டாண்டுகள் நடந்தது. 1785இல் "மெட்ராஸ் கூரியர்" என்னும் ஆங்கில இதழ் சென்னையிலிருந்து வெளிவந்தது. தமிழில் 1831இல் "தமிழ் மேகசின்" என்ற பெயரில் ஒரு மாத இதழ் சென்னையிலிருந்து வெளியாயிற்று. சென்னையிலிருந்த கிறித்தவ சமய இயக்கத்தவர் இதனை வெளியிட்டனர். 1860க்குள் தமிழ் இதழ்கள் படித்தவர்கள் மனத்தில் ஒரு இடத்தைப் பிடித்துவிட்டன. சிறுவருக்கான இதழ்கள். சமய இதழ்கள், சமூகச் சீர்திருத்த இதழ்கள் என்று தொடங்கி சாதி இதழ்கள், மருத்துவ இதழ்கள் தொழில் இதழ்கள் என இருபதாம் நூற்றாண்டின் தொடக்கத்தில் தமிழ் இதழ்களின் எல்லைகள் விரிந்தன. பின்னர் இருபதாம்

நூற்றாண்டின் முதல் இருபது ஆண்டுகளில் இசைக்கலை, புராணம், வேளாண்மை பற்றிய இதழ்கள் உருவாயின. 1915க்குப் பின்னரே தேசிய, திராவிட அரசியல் இயக்கங்கள் தமிழ்ச் சமூகத்தில் சூடுபிடித்தன. அரசியல் இதழ்கள்தாம் முதன்முதலாகச் சமூகத்தின் அனைத்துத் தரப்பினராலும் வாசிக்கப்பட்டன. 1935க்குப் பிறகு திரைப்பட உலகம் இதழியலில் தனக்கென ஓர் இடத்தைப் பிடித்துக்கொண்டது. இதழ் வாசிக்கும் பழக்கம் இந்தியாவில் இன்றளவும் விரிந்து பரந்து இருக்கும் மாநிலங்கள் கேரளமும் தமிழ்நாடும்தாம்.

இந்த வளர்ச்சியைத் தமிழ்நாடு பெறுவதற்குப் பெருந்தொண்டாற்றிய முன்னோடிகளில் சிலரையாவது நாம் நினைவிலே கொள்ள வேண்டும். சுதேசமித்திரன் ஜி.சுப்பிரமணிய ஐயர், பெருங்கவிஞர் பாரதியார், திரு.வி.க., பெரியார் ஆகியோர் இவ்வகையில் குறிப்பிடத்தகுந்தவர் ஆவர். தமக்கு என்று சில கொள்கைகளை வகுத்துக் கொண்டவர்கள் இவர்கள். அக்கொள்கைகளுக்காகவே இதழ் நடத்தியவர்கள். சமூகத்தின் எளிய மனிதனுக்கும் தங்கள் கருத்து போய்ச்சேர வேண்டும் என்று எண்ணியவர்கள் இவர்கள். பண்டித நடையிலிருந்து தமிழ் உரைநடையினை மீட்டெடுத்தவர்களும் இவர்களே. இவர்கள் நடத்திய பத்திரிகைகள் அனைத்துமே வெள்ளை அரசாங்கத்தால் பிணைத்(ஜாமீன்) தொகைப் பறிமுதல் செய்யப்பட்டவையாகும். இவர்களன்றித் தமிழ்ப் பத்திரிகை உலகிற்கு வேறுசில பெருமைகளுமுண்டு. 50 ஆண்டுகளுக்கு மேலாகத் தமிழில் தொடர்ந்து நடைபெற்று வரும் இதழ்களான செந்தமிழ், செந்தமிழ்ச் செல்வி, கலைமகள், ஆனந்தவிகடன், கல்கி, தினமணி, தினத்தந்தி ஆகியவை அவற்றுள் குறிப்பிடத்தகுந்தவை. தமிழகத்தின் தென்கோடியில் பாளையங்கோட்டையிலிருந்து இன்றும் வெளிவந்து கொண்டிருக்கும் 'நற்போதகம்' என்னும் கிறித்தவ இதழுக்கு நூற்று நாற்பத்தெட்டு வயது நிறைந்துவிட்டது என்பது தமிழர்களின் பெருமைக்குரிய செய்தியாகும்.

நாள் மலர்கள்

விடுதலைக்குப் பின்னர் இந்தியாவில் இதழ்களும் இதழாசிரியர்களும் புதிய அரசியல் சட்டப்படி புதிய உரிமைகளை நிறையவே பெற்றுள்ளனர். எனவே அரசாங்கத்தினுடைய அடக்குமுறைக்கு அஞ்சி வாழவேண்டிய நிலையிலிருந்து இதழாசிரியர்களும் விடுதலை பெற்றனர். 1950களிலும் 60களிலும் நாட்டில் புதிய கல்வியறிவு வளர்ந்தது. புதிய சனநாயக உரிமைகள் மக்களிடையே வாசிக்கும் பழக்கத்தையும் எழுதும் பழக்கத்தையும் வேகமாக வளர்த்தன. அரசியல் இதழ்கள் குறிப்பாகத் திராவிட இயக்க இதழ்கள் எண்ணிக்கையில் பெருகி வளர்ந்ததும் இக்காலத்தில்தான். மக்கள் சேவை என்ற நிலையிலிருந்து மாற்றம் பெற்று வணிக நோக்கோடு, இதழ்கள் தொடங்கப்பெற்றதும் இக்காலகட்டத்தில்தான்.

கடந்த 25 ஆண்டுக்காலத்தில் அச்சுத்துறையில் வியக்கத்தக்க முறையில் மாற்றங்கள் நிகழ்ந்துள்ளன. ஈய எழுத்துகள் கோத்துக் கல்லில் அச்சடித்த காலம் நமக்கு இப்பொழுது கற்காலம் போலத் தோன்றுகிறது. ஒளி அச்சுக்களும், தொலைவரி, நகல் அச்சுக்களும் கணிப்பொறிகளால் இயக்கப் பெறுகின்றன. ஒரு நவீன இயந்திரத்தின் மூலம் மூன்று அல்லது நான்கு இதழ்களைப் பல வண்ணத்தில் ஒரேநேரத்தில் நடத்த முடியும் என்ற நிலை உருவாகிவிட்டது. அளவிலே மட்டுமல்லாமல் உத்திகளிலும் தமிழ் இதழ்கள் வளர்ந்துள்ளன. துறை வாரியான இதழ்களும், அறிவியலில் தனித்தனி துறைகளுக்கு மான இதழ்களும், பெருநிறுவனங்களின் வளாக இதழ்களும் *(House Journals)* பெருகி வளர்ந்துள்ளன.

பெருவாரியாக விற்பனையாகும் இதழ்கள் குழுமங்கள் சார்ந்தே வெளிவருகின்றன. ஒரே குழுமம் சிறுவர்க்கும் இதழ் நடத்துகிறது. சினிமா ரசிகர்களுக்கும் இதழ் நடத்துகிறது. பெண்களுக்கென்று ஓர் இதழும் ஆன்மீகத்திற்கென இன்னொரு இதழும் நடத்துகிறது. நார்த்கிளிஃப் *(Northcliff Revolution)* புரட்சி என்ற இதழியல்

துறையில் அழைக்கப்படும் தொழிற்போக்கின் மோசமான பின்விளைவுகளில் ஒன்றாக இதனைக் குறிப்பிடலாம். எடுத்துக்காட்டாக தமிழில் வெளிவரும் பாக்கெட் நாவல், கிரைம் நாவல், நாவல் டைம் ஆகிய இதழ்களும் பிலிமாலாயா என்னும் திரைப்பட இதழும், சுபயோகம் என்னும் சோதிட இதழும், செக்ஸ் லைப் என்னும் இதழும் ஒரே நிறுவனத்தில் *(combines)* இருந்து வெளிவருகின்றன. இந்த இதழ்களுக்கு அடிப்படையான 'நோக்குநிலை' என்ற ஒன்றே கிடையாது. ஒரு நிகழ்ச்சியைக் குறித்து வெவ்வேறுபட்ட கருத்து வார்ப்புகளை மனித மனத்தில் ஒரே நிறுவனம் உருவாக்குவது என்பது முறையற்றது. 'வணிக நோக்கு' மட்டுமே இந்த இதழ்களின் போக்கினைத் தீர்மானிக்கும் சக்தியாக அமைவதே இதற்கான காரணம். நாளிதழ்கள், வாரம் இருமுறை இதழ்கள், மாத நாவல்கள் என வகை பலவாக இருந்தாலும் இவற்றின் போக்குகள் பெரும்பான்மையாக ஒன்றுபோலவே அமைகின்றன. சிறுவர், மாணவர், பெண்கள் என இயல்பான சமூகப் பிரிவுகள் இன்றைய இதழாளர்களுக்குப் பொறுப்புணர்வு எதையும் தந்துவிடவில்லை. நுகர்பொருட்களின் மீதான ஆசையினை அதிகப்படுத்துவது என்பது இந்த இதழ் எழுத்துகளின் நோக்கமாக இருக்கிறது. விளம்பரங்களை நம்பியே இந்த இதழ்கள் தங்கள் எழுத்துகளை முன்வைக் கின்றன,வாசகர்களை நோக்கி இவ்விதழ்கள் சிந்திப்பதில்லை.

தமிழில் ஒரே நேரத்தில் 10–க்கும் மேற்பட்ட பெண்கள் இதழ்கள் வெளிவந்துகொண்டுதான் இருக்கின்றன. இவற்றுள் பெருவாரியாக விற்பனையாகும் இதழ்கள் எல்லாம் சமையல் குறிப்புகள், வேண்டாத கூட்டுச் சடங்குகள், மரபுவழிப் புனிதங்கள், ராசிபலன் ஆகிய வற்றுக்கே முதலிடம் தருகின்றன. பெண்ணின் உலகத்தை விரிவு செய்யும் நோக்கம் இவ்விதழ்களுக்கு இல்லை. படிக்கும் பழக்கமுடைய பெண்களின் நேரங்கொல்லி களாக இவ்விதழ்கள் அமைவதோடு இவை ஆண்களின் இரசனைக்குத் தகுந்தாற்போல் வடிவமைக்கப்படுகின்றன.

'காமிக்ஸ்' என்ற பெயரில் இன்று பெருவாரியாக விற்பனையாகும் சிறுவர் தமிழ் இதழ்கள், சிறுவர்களின் படைப்புணர்வினை வளர்ப்பதில்லை. மாறாக, தங்கள் உலகத்துக்குள் சிறுவர்களை வசியப்படுத்துகின்றன. வாழ்க்கையின் இயல்பு நெறிகளைக் காணவிடாமல் சூப்பர்மேன், ஸ்பைடர் போன்ற பிம்பங்களால் அவர்களின் கண்களைக் கட்டிவிடுகின்றன. இந்தியச் சிறுவர்களில் 10 வயதுக்குள் படிப்பைப் பாதியில் விட்டுவிடும் கணிசமானோர்கூட இதன் பாதிப்புக்கு ஆளாகிவிடும் அபாயமும் சேர்ந்து விடுகிறது. 'நாளைய' மனிதர்களைச் செயலூக்கமும் படைப்புணர்வும் அற்றவர்களாக ஆக்கும் வேலையினையே சிறுவர் இதழ்கள் செய்துவருகின்றன.

புதிய சமூக உருவாக்கம் பற்றிய சிந்தனைக்கு இந்த இதழ்களின் பங்களிப்பு என்று ஏதும் இல்லை. மனிதநேயம், தீமையின் மீது வெறுப்பு, தீமைக்கு எதிரான குரல் எழுப்புதல், மாற்றங்களைப் பற்றிய சிந்தனை களை உருவாக்குதல் ஆகியவற்றில் வாசகர்க்குப் பயிற்சி தரவேண்டுவது இதழ்களின் கடமையாகும். ஆனால் மாற்றங்களைப் பற்றிச் சிந்திக்காமல் இருப்பதை அப்படியே ஏற்றுக்கொள்ள வைத்தல், தனி மனிதனையே முன்னிறுத்தி அவனுக்குச் சமூக உணர்வு அற்றுப்போகுமாறு செய்தல், புதுமை என்ற பெயரில் திசை திருப்புதல், வன்முறை உணர்வையும் வக்கிரமான பாலுணர்வை யும் மையப்படுத்தி எழுதுதல் ஆகிய 'திருப்பணி'களைப் பெருவாரியாக விற்பனையாகும் இதழ்கள் தொடர்ந்து செய்துவருவது சமூகத்தைச் சிதைப்பது போலாகும். மின்னியல் ஊடகங்களும் இதழ்கள் உருவாக்கியுள்ள முன்மாதிரிகளையே அப்படியே பின்பற்றி வருகின்றன. சிறுவர்க்கான 'காமிக்ஸ்' இதழ்களும், புலனாய்வு இதழியல் என்ற முத்திரையுடன் வரும் இதழ்களும் தனிமனிதர்கள் நிகழ்த்தும் வன்முறைகளைச் சாகசமாக்கி வெளியிடு கின்றன.

தமிழ்நாட்டு நூலகங்களிலும், ஆவணக் காப்பகங்களிலும் 1950 வரை வெளிவந்த தமிழ் இதழ்கள் பாதுகாக்கப் பட்டு வருகின்றன. ஆனால் இன்று வெளிவரும் பெருவாரி யான இதழ்களை வாசித்து முடித்ததும் வாசகனே தூக்கி வீசி எறிந்து விடுகிறான். மறுவாசிப்பிற்கும் திருப்பிப் பார்ப்பதற்கும் இந்த இதழ்களில் ஏதுமில்லை என்பதே இதற்கான காரணமாகும்.

இப்பொது விதிக்கு மாற்றாகத் தமிழில் இலக்கியம், அரசியல், மருத்துவம் சார்ந்த சிற்றிதழ்கள் நூற்றுக்கணக்கில் வெளிவருகின்றன. இவற்றை வளர்த்தெடுப்பதே பெரிய இதழ்கள் உருவாக்கும் வணிககலாசாரத்துக்கு மாற்றாகவும், மருந்தாகவும் இருக்கமுடியும்.

8

மதுரை மாநகர்

‘பட்டணந்தான் போகலாமடி பொம்பள, பணம் காசு தேடலாமடி என்பது ஒரு பழைய திரைப்படப்பாடல். இந்தப் பாட்டின் உண்மையான பொருள் என்ன? நகரங்களில் தொழில் வளர்ச்சி, வேலை வாய்ப்பு, தொழிலாளர் பெருக்கம், போக்குவரத்து வசதிகள், பணப்புழக்கம் எல்லாம் இருக்கும். அங்கே வாழ்க்கைக்கு எல்லாவிதமான உத்தரவாதமும் உண்டு என்பதுதான். பல ஊர்கள் இணைந்து நாடுகள் உண்டாகிற போதே நகரங்கள் பிறந்துவிடுகின்றன. எனவே உலகெங்கிலும் உள்ள நகரங்களைப் பற்றிய அறிவு என்பது மனிதனின் பொது அறிவு வளர்ச்சிக்குத் துணை செய்கின்றது.

மனித நாகரிக வளர்ச்சியில் குறிப்பிடத் தகுந்த ஒரு கட்டம் நகரங்களை உருவாக்கியது ஆகும். வாணிகத்திற்கான நெடுஞ்சாலைகள் சந்திக்கும் இடங்களில் அரசியல் தலைமைகள் தங்கள் அதிகாரத்தைப் பயன்படுத்தும் இடங் களாக நகரங்கள் உருவாயின. நீர் ஊர்திகள்

வளர்ச்சிபெற்று கடல் வாணிகம் வளர்ந்த போது துறைமுக நகரங்கள் உருவாயின. உலகெங்கிலும் நகரங்கள் உருவான கதை இதுதான்.

உலகின் பழைய நகரங்களையெல்லாம் பாருங்கள், அவை ஏதேனுமொரு ஆற்றங்கரையில் அல்லது கடற்கரையில் அல்லது குன்றுகள் சூழ அமைந்திருக்கும். உலகின் பழைய நகரங்களில் ஒன்றான மதுரையும் அப்படித்தான். பரங்குன்றம் மலை, பசுமலை, சமணமலை, நாகமலை, அழகர் மலை, ஆனைமலை என்று குன்றுகள் சூழ வைகை ஆற்றங்கரையில் உருவான கோட்டை நகரந்தான் மதுரை.

காலப்போக்கில் பழைய நகரங்கள் அழிந்துபோகப் புதிய நகரங்கள் உருவாயின. காலவெள்ளத்தில் கரைந்து போகாமல் தம்மை இன்றளவும் நிலைநிறுத்திக்கொண்ட நகரங்கள் மிகச்சிலவே. தமிழ்நாட்டில் மதுரை, காஞ்சிபுரம் ஆகிய இரண்டு நகரங்களும் குறைந்தது 25 நூற்றாண்டுக் கால வரலாறு உடையனவாக இன்றளவும் வாழ்ந்து வருகின்றன. இவை இரண்டிலும் மதுரை தனிச்சிறப்புகள் பல உடைய நகரமாகும்.

தமிழ்நாட்டின் பழையகால நெடுஞ்சாலைகளும் புதிய நெடுஞ்சாலைகளும் சந்திக்கும் மையப்புள்ளியாக தென் தமிழ்நாட்டின் மதுரை அமைந்திருக்கின்றது. வரலாற்றுக்கு முற்பட்ட மனிதன் வாழ்ந்த தடயங்கள் மதுரைக்கருகில் உள்ள சிவரக்கோட்டையிலும், துவரிமானிலும் கற்கருவிகளாக இன்றும் கிடைக்கின்றன. கற்காலத்தைத் தாண்டி வந்த நாகரிக மனிதர் வாழ்ந்த அடையாளங்களான ஈமத் தாழிகள் மதுரை நகரத்திற்கு உள்ளேயே கோவலன்பொட்டல், பழங்காநத்தம், அனுப்பானடி. தத்தனேரி ஆகிய இடங்களில் கிடைக் கின்றன. கிறித்துவுக்கு முற்பட்ட காலத் தமிழிக் கல்வெட்டுக்கள் தமிழ்நாட்டிலேயே மதுரையைச் சுற்றித்தான் திருப்பரங்குன்றம், கொங்கர் புளியங்குளம்,

திருவாதவூர், அழகர்கோயில், அரிட்டாபட்டி, ஆனைமலை ஆகிய இடங்களில் அதிகமாகக் கிடைக்கின்றன. இவை யெல்லாம் வரலாற்றுக்கு முற்பட்ட காலத்தில் இருந்தே தமிழர்கள் நாகரிகம் கண்ட பகுதிகளில் ஒன்றாக மதுரை இருந்ததற்கான சான்றுகள் ஆகும்.

மதுரை நகரத்தின் பழைய பெயர் குறித்து ஆராய்ச்சி யாளர்கள் பல்வேறு கருத்துகளைச் சொல்கிறார்கள். புராணங்கள் பல கதைகளைச் சொல்கின்றன. கிறித்துவுக்கு முற்பட்டகாலக் கல்வெட்டுகளில் 'மத்திரை' என்ற பெயர் காணப்படுகிறது. கி.பி. 750 முதல் 900 வரை உள்ள கல்வெட்டுகளில் மதுரை என்பதற்குப் பதிலாக 'மதிரை' என்ற பெயரே காணப்படுகிறது. பாமர மக்கள் வழக்கிலோ இது 'மருதை' ஆகும். குதிரை, பேச்சு வழக்கில் குருதை ஆனதுபோல மதிரையே பேச்சு வழக்கில் மருதை ஆனது என்று கூறுகின்றனர். இந்தக் கருத்துதான் ஏற்றுக் கொள்ளும்படியாக இருக்கிறது.

உலகில் பழைய நகரங்கள் எல்லாம் திட்டமிட்டு அமைக்கப்பட்டவையே. ரோம், வெனீசு, மொகஞ்சதாரோ ஆகியவற்றைப் போல மதுரையும் திட்டமிட்டு அமைக்கப்பட்ட ஒரு நகரமாகும். 'மதுரை நகரம் தாமரைப் பூப்போன்றது. அதன் தெருக்கள் தாமரைப்பூவின் இதழ் களைப் போன்றவை. இதழ்களுக்கு நடுவே அமைந்திருக்கும் பொகுட்டினைப் போலக் கோயில் அமைந்திருக்கிறது' எனப் பரிபாடல் இலக்கியம் பாராட்டுகின்றது. மாசி வீதிகளின் சந்திப்பில் மிகப்பெரிய தேரினைத் திருப்புவதற்கு வசதியாக வடம்போக்கித் தெருக்கள் அமைக்கப்பட்டிருப்பதும் தேர்வடங்களில் ஒன்றிரண்டை அத்தெருக்களுக்குள் கொண்டு சென்று மக்கள் இழுப்பதும் இன்றளவும் காணக்கூடிய நிகழ்ச்சியாகும். 90°யில் நேராக அமைந்த மொகஞ்சதாரோ தெருக்களைப் போல அல்லாமல் மதுரை நகரத்துத் தெருக்கள் சற்றே வளைந்தவை யாகும்.

தமிழ்நாட்டின் கோட்டை நகரங்கள் எல்லாமே நிறைய நீர் வசதிகளைக் கொண்டதாக இருக்கும். மதுரைக் கோட்டையும் ஒருகாலத்தில் அப்படித்தான் இருந்தது. வடபுறத்தில் வைகை ஆற்றை எல்லையாகக் கொண்டிருந்தது. அதன் மேற்குப் புறத்தில் மாடக்குளம் என்னும் மிகப்பெரிய குளம் இருந்தது. வைகையாற்றில் இருந்து ஒரு நீர்க்கால் பிரிக்கப்பட்டு 'கிருதமாலை' என்னும் பெயரோடு கோட்டையின் மேற்கு, தெற்குச் சுவர்களை ஒட்டி ஓடிக்கொண்டிருந்து. கோட்டையின் வெளிப்புறத்தில் கிழக்கு வாசலை ஒட்டியும் வடக்கு வாசலை ஒட்டியும் இரண்டு தெப்பக்குளங்கள் இருந்தன. கோட்டையின் உள்ளே மேற்குப் புறத்தில் ஒரு தெப்பக்குளமும் கோட்டையின் நடுவில் அமைந்த கோவிலுக்குள் ஒரு தெப்பக்குளமும் ஆக இரண்டு இருந்தன. இவை தவிரப் பல கிணறுகளும் இருந்திருக்கின்றன. கோட்டையின் மழைநீர் வடிகாலாக கிருதமாலை நதியும் வைகை ஆறும் பயன்பட்டிருக்கின்றன.

தமிழ் இலக்கியம் காலந்தோறும் தவறாது பாடும் நகரம் மதுரையாகும். இலக்கியங்கள் பாடும் பழையாறை, பூம்புகார் போன்ற பழைய நகரங்கள் அழிந்துபோயின. தஞ்சை, கருவூர் (கரூர்), காஞ்சி போன்ற நகரங்கள் சிதைந்து அளவில் சுருங்கிப்போயின. மதுரை நகரம் மட்டும் சித்திரத்துப் பூப்போல வாடாமல் இருக்கிறது.

அரசர்களாலும் பக்தர்களாலும் கொண்டாடப்பட்ட நகரங்களில் மதுரையும் ஒன்று. இத்தோடு இலக்கியங் களாலும் எளிய மக்களின் நாவில் அன்றாடம் ஒலிக்கின்ற தாலாட்டு, ஒப்பாரி, ஆட்டப்பாடல்கள், பழமொழி, விடுகதை, கதைகள் ஆகியவற்றிலும் தவறாது பேசப்படும் நகரம் மதுரையாகும். இந்தப்பெருமை தமிழ்நாட்டின் பிற நகரங்களுக்குக் கிடைத்ததில்லை.

நகரத்தின் தலைமைத் தெய்வமான மீனாட்சி மதுரைக்கு அரசி என்பது நாட்டு மக்களின் நம்பிக்கை. இன்றளவும் சித்திரைத் திருவிழாவில் மீனாட்சித் தெய்வம்

திருமணத்திற்குமுன் பட்டாபிஷேகம் செய்யப்பெற்று. செங்கோல் ஏந்தி, மதுரை நகரத்து வீதிகளில் திக்குவிசயம் செய்கின்றது. திருமணம் நடந்த பின்னரும் சுந்தரேசர் இராணியின் கணவராகவே கருதப்படுகிறார். அரசராகக் கருதப்படுவதில்லை. இந்திய வரலாற்றில் எந்தப் பெண் தெய்வமும் இப்படியொரு தனிச்சிறப்பைப் பெற்றது இல்லை. புராணக் கதையை அடிப்படையாகக் கொண்ட திருவிழாவாக இது இருந்தாலும் வரலாற்றுக்கு முற்பட்ட காலத்தில் திராவிட நாகரிகத்தில் பெண்களும் முடிசூடி ஆண்ட நிகழ்வினை இது நமக்கு நினைப்பூட்டுகிறது.

தமிழ்மொழி வளர்ச்சியில் மதுரை நகரம் தொடர்ந்து கணிசமான பங்கு வகித்துவந்துள்ளது. தமிழ்நாட்டு அரச மரபினரில் பாண்டியரே பழைய மரபினர் என்பது வரலாற்று அறிஞர் கொள்கை. பாண்டியர் சங்கம் வைத்துத் தமிழ் மொழியினை வளர்த்தனர் என்று செப்பேடுகளும் இலக்கியங்களும் கூறுகின்றன. சங்க இலக்கியப் புலவர்களில் மதுரையைச் சேர்ந்தவர்களே அதிகமாகக் காணப்படுகின்றனர். பத்துப்பாட்டில் ஒன்றான மதுரைக் காஞ்சி மதுரை நகரத்தை மட்டுமே பாடுகின்றது. எட்டுத்தொகையில் ஒன்றான பரிபாடல் மதுரையினையும் அதனைச் சுற்றியுள்ள பகுதிகளையும் பாடுகின்றது. சிலப்பதிகாரக் காப்பியம் மதுரை நகரத்தை மிக விரிவாகப் படம்பிடித்துக் காட்டுகிறது. தேவார மூவரும், ஆழ்வார்களும் மதுரை நகரத்தைப் பாடியுள்ளனர். திருவாசகமோ சிவபெருமான் கூலியாளாக வந்து 'மதுரை' மண் சுமந்து பாண்டிய மன்னனிடம் பிரம்படிபட்ட கதையைப் பாடுகின்றது. சிவபெருமான் மதுரையில் 64 திருவிளையாடல்களை நிகழ்த்திக் காட்டியதனை திருவிளையாடற் புராணம் பேசுகிறது. மதுரை நகரத்தின் மீது எழுந்த சிற்றிலக்கியங்கள் நூற்றுக்கணக்கானவை.

சங்க இலக்கியப் புலவர்களில் கணிசமானோர் மதுரை நகரத்துப் புலவர்களாகவே இருந்திருக்கிறார்கள் என்பதும் வரலாற்று உண்மையாகும். இருபதாம்

நூற்றாண்டிலும் தமிழாராய்ச்சிக்குக் களமான தமிழ்ச் சங்கம் மதுரையில்தான் பாண்டித்துரைத் தேவரால் தொடங்கப்பெற்றது.

மதுரை நகரத்துத் தெருப்பெயர்கள் இன்னமும் இவ்வூரின் பழமையினையும், நகர அமைப்பினையும் தெளிவாகக் காட்டுகின்றன. வாழைக்காய்ப்பேட்டை, நெல்பேட்டை. தவிட்டுச் சந்தை, வெற்றிலைப்பேட்டை என வணிகப் பெருமைகாட்டும் இடப்பெயர்களைக் காண்பதோடு சித்திரக்காரர், எழுத்தாணிக்காரர், தென்னோலைக்காரர் எனக் கலைஞர்கள் வாழ்ந்த இடங்களையும் பெருமையோடு நம்மால் இந்நகரத்தில் காணமுடிகிறது.

பழந்தமிழரின் கலைத் திறனையும், நீர் மேலாண்மைத் திறனையும் தெளிவாகக்காட்டும் நகரம் மதுரை. 1000 அடி நீளம், 980 அடி அகலம் 20 அடி ஆழம் உடைய மாரியம்மன் தெப்பக்குளத்தின் அலைகற்களோடு கூடிய கற்சுவர்களும், படிக்கட்டுகளும் தமிழர்களின் பொறியியல் நுண்ணறிவுக்கு அடையாளமாகும். அதன் சுற்றுச் சுவர் களும், சுவரில் அமைந்த சிலைகளும், மையமண்டபமும் தமிழர்களின் கலைத்திறனுக்குச் சான்றாகும்.

100 ஆண்டுகளுக்கு முன்புவரை மதுரை நகரம் தன் நீர்வளத்தைப் பாதுகாத்ததற்கான அடையாளங்கள் நிறைய இருக்கின்றன. பழைய கல்வெட்டுகளில் ‘மாடக்குளக்கீழ் மதுரை’ என்றே குறிப்பிடப்படுகின்றது. மதுரையைச் சுற்றி இருந்த பெரியகுளங்கள் மட்டும் அல்ல, மதுரையின் வடதிசையில் ஓடிய வைகை நதியும், தென்திசையில் ஓடிய கிருதமாலை நதியும் ஊருக்கு கிழக்கே ஓடிய கால்வாய்களும் மதுரையின் நிலத்தடி நீர்வளத்தைப் பாதுகாத்தன. மதுரை நகரத்துக்குள் குடிநீர் வழங்கும் மூலங்களாக பெருமாள் தெப்பக்குளம், எழுகடல் தெப்பக்குளம், கிருஷ்ணராயர் தெப்பக்குளம், மைனாத் தெப்பக்குளம் ஆகியவை இருந்தன. இவையன்றி

கோயிலுக்குள்ளும் குளம் இருந்தது. ஆற்று நீராலும், மழை நீராலும் இவை எல்லாம் நிரம்பி இருந்தன.

இன்று சுற்றுச்சூழல் சீர்கேட்டிலும், நீருக்காக அழித்ததிலும் மதுரைநகரம் தன் பொலிவினை இழந்து நிற்கிறது. மூலவளங்களாக ஊருக்குள் இருந்த குளங்கள் மூடப்பட்டுள்ளன. நீரைச் சேமித்து வைக்கும் ஆதாரங்கள் ஏதும் இல்லை. வாணிகக் கழிவுகளும், மருத்துவமனைக் கழிவுகளும் வைகை ஆற்றைக் கூவமாக்கிவிட்டன. மதுரைநகரத்தின் காற்றும் எண்ணெய்ப் புகையினால் மாசுபட்டுவிட்டது.

நமது முன்னோர்கள் அரிய கலைச் செல்வங்களையும் இலக்கியங்களையும் மட்டும் நமக்குச் சொத்தாக விட்டுவிட்டுப் போகவில்லை. தூய்மையான காற்றையும், நீரையும், நெடிய மரங்களையும் வளங்களை உருவாக்கும் மூலவளங்களாக் நமக்குத் தந்துசென்றனர். நாளைய தலைமுறையினை மறந்து நம் தலைமுறையினை மட்டும் நினைத்தால் இயற்கை நம்மைப் பழிவாங்கும் என்பதற்கு இன்றைய மதுரைநகரம் ஒரு உதாரணம் ஆகும்.

இன்றளவும் மதுரையே தமிழர்களின் பண்பாட்டுத் தலைநகரமாகக் கருதப்படுகிறது. மதுரையைக் காப்பாற்றுவது நம் பண்பாட்டைக் காப்பாற்றுவதாகும்.

9

தமிழ் உரைநடை

தமிழ்நாட்டில் ஆறுகோடி மக்கள் தமிழ் பேசுகின்றனர். இந்தியாவின் பிற மாநிலங்களையும் உலகின் பிறநாடுகளையும் சேர்த்து தமிழ்பேசுகின்ற மக்கள்தொகை பத்து கோடியாகும். அறிவியலிலே ஏற்பட்டுள்ள வளர்ச்சி ஒரு மொழி பேசும் மக்களை ஒன்றாக இணைத்தாலும் மொழியைப் பேசும் முறையில்தான் எத்தனை வேறுபாடுகள்! இன்றளவும் வட்டாரம், சமயம், சாதி இவை காரணமாகச் சொற்களையும் சொற்களை ஒலிப்பதிலும் வேறுபாடுகள் நிலவத்தான் செய்கின்றன. சொற்களை இழுத்தும் நீட்டியும் பேசுவதாக ஒருவரை மற்றொருவர் கேலி செய்துகொள்கின்றனர்.

இந்த வேறுபாடுகளெல்லாம் பேச்சு மொழிக்குத்தான். எழுத்து மொழி எல்லோராலும் புரிந்துகொள்ளும் முறையில்தான் தமிழில் அமைந்திருக்கின்றது. சங்க இலக்கியங்களையும் தேவார திருவாசகங்களையும் ஒன்றுபோல்தான் தமிழ் மக்கள் புரிந்துகொள்கின்றனர். ஆனால் எழுத்து மொழியில் கவிதை வளர்ந்ததைப் போல

நம் தேவைக்கேற்ப உரைநடை வளர்ச்சி பெறவில்லை. கடந்த ஒரு நூற்றாண்டாகத்தான் தமிழில் உரைநடை மக்களின் தேவைக்கேற்ப வளர்ந்துகொண்டிருக்கிறது. இதற்கான காரணங்கள் பலப்பல.

நம்முடைய முன்னோர்கள் இலக்கியங்களை மட்டுமல்லாது கணக்குப் பாடத்தையும் கவிதையில்தான் எழுதினார்கள். மருத்துவ நூல்களையும் கவிதையில்தான் எழுதினார்கள். அனைவருக்குமான கல்வி என்ற கோட்பாடெல்லாம் அந்தக் காலத்தில் இல்லை. எல்லா வீடுகளிலும் ஏடும் எழுத்தாணியும் இருந்ததாகவும் தெரியவில்லை. கல்வி சிலருக்கே உரியதாக இருந்தது. எல்லோருடைய தேவைக்கும் போதுமான அளவிற்கு ஏடும் எழுத்தாணியுமான எழுதுகருவிகளும் கிடைக்கவில்லை. நம்முடைய கல்விமுறை மனப்பாடக் கல்வியாக இருந்ததன் இரகசியமும் இதுதான். ஏட்டில் சுருக்கமாக ஒரு செய்தியைச் சொல்வதற்குக் கவிதைதான் ஏற்புடையதாக இருந்தது.

கடந்த நூற்றாண்டில் எளிய மனிதனின் கல்விக் கண்ணைத் திறந்தது ஆங்கில அரசாங்கத்தின் 'கருணை' மட்டுமல்ல. தாள், மை, அச்சு இயந்திரம் போன்ற அறிவியல் கருவிகளின் கண்டுபிடிப்புகளும்தாம். தமிழ் உரைநடையின் வளர்ச்சிக்கும் இவையே திருப்புமுனையாக அமைந்தன.

உரைநடை என்ற சொல்லை எடுத்துக் கொள்ளுங்கள். உரை என்பது நடக்கும் என்றால் கவிதை ஓடுமா என்று கேட்கத் தூண்டுகிறதல்லவா? ஆம், பேச்சு மொழியைவிட மரபுக் கவிதை பல மடங்கு வேகத்தில் ஓடும். 'உரை' என்னும் சொல் பேச்சு மொழிக்கு நெருக்கமானது என்ற பொருளை உணர்த்தும். பேச்சு மொழியின் பண்புகளோடு நடக்கின்ற வேகத்தில் செல்வதுதான் உரைநடை ஆகும்.

உரைநடை ஒரு மொழியில் வளர்ச்சி பெறவேண்டிய தேவை என்ன? ஒரு மொழி பேசும் மக்களின் அறிவு வளர்ச்சி என்பது அவர்கள் பேசும் மொழியின் வளர்ச்சியைப்

பொருத்தே அமையும். அறிவு வளர்ச்சிக்கு உரிய தலையாய கருவிகளில் ஒன்று மொழியாகும். Hardware, Software என்ற இரண்டு ஆங்கிலச் சொற்களை எடுத்துக் கொள்ளுங்கள். தமிழ் அல்லது மலையாளத்தைத் தாய்மொழியாகக் கொண்ட பத்து வயதுச் சிறுவர்களைவிட ஆங்கிலத்தைத் தாய்மொழியாகக் கொண்ட ஒரு சிறுவன். பொருள் இன்னது என்று துல்லியமாகத் தெரியாவிட்டாலும்கூட இந்தச் சொற்களின் பொருள் வேறுபாட்டை அறிந்து கொள்கிறான். அதனால்தான் கணிப்பொறியின் குறியீட்டு அமைப்புகள் கூட 'மொழி' (Computer Language) என்ற பெயரைப் பெறுகின்றன.

பழங்காலத்தில் தமிழ் இலக்கண, இலக்கியங் களுக்கு உரையெழுதிய பெருமக்கள் பலர் இருந்தனர். உரையாசிரியர்கள் எனப் பெயர்பெற்ற அவர்களில் சிலர்தம் உரைகள் மூல நூலைவிடக் கடுமையாக இருந்தன. மற்றுஞ்சிலர் எழுதிய உரைகள் தம் புலமைத் திறத்தைக் காட்டுவனவாக இருந்தன. எளியநடையில் உரை எழுதியோரும் அவருள் சிலர் இருந்தனர். ஆனால் எல்லா உரைகளும் எடுத்துக்கொண்ட பொருளின் தரத்திற்கு ஏற்ப 'அனைவருக்குமான கல்வி' என்ற கோட்பாடு பிறந்த பிறகு இறுக்கமாகவே இருந்தன. கடந்த நூற்றாண்டின் நடுப்பகுதியில் படுக்கையில் கிடந்த தமிழ் உரைநடை எழுந்து நடமாடத் தொடங்கியது.

"எனக்கு அஞ்சாம் பருவம் ஆரம்பமானது முதல் வித்தை கற்பிக்க வேண்டுமென்று என் தாயார் சர்வப் பிரயத்தன செய்தும் பலிக்கவில்லை. எனக்கு வயது போதாது, போதாது என்று என் தகப்பனார் காலஹரணம் செய்து வந்தபடியால் என்னை எட்டாம் வயது எட்டிப் பார்க்கிற வரையில் நான் சுத்த நிரட்சர குட்சியாயிருந்தேன்"
(பிரதாபமுதலியார் சரித்திரம், 1879)

"ஆங்கிலேயர் வியாபார மாளிகைகளைச் சென்னை, கடலூர் முதலிய இடங்களில் கட்டி, வியாபாரத்தைப் பெருக்கி அரசும் கைப்பற்றுகின்ற சமயத்தில் ஆங்கில

உத்தியோகஸ்தர்கள் தமிழைக் கற்பது யுக்தமென அதிகாரிகள் தீர்மானித்து, சென்னையில் 'காலேஜ்' என்ற ஓர் வித்தியாசாலையை ஸ்தாபித்தார்கள். இதுதான் *'Old College'* என்னப்பட்ட இடம்". *(தமிழ் இலக்கணத் தெளிவு. 1893)*

"பார்லிமெந்து சபை மெம்பர் மிஸ்டர் வெப் சீமையிலிருந்து வந்து காங்கிரஸ் ப்ரெஷிடண்டாக வீற்றிருந்தார். முதல் நாள் ரிஸெப்ஷன் கமிட்டியின் அக்ராசனாதிபதியாகிய கனம் பி. ரெங்கையா நாயுடு பிரதிநிதிகளை உபசரித்து அழைத்து ஒரு நீண்ட உபந்நியாசம் செய்தார்." *(விவேக சிந்தாமணி, 1894)*

"சுதேசியம் முன்னையத்தனை பலமில்லை. அன்னிய சாமான்களைப் பகிஷ்காரம் செய்வதிலே முன்னத்தனை கொடூரமில்லை. சென்னையிலே சுதேசிய முயற்சி விஷயத்தைப் பற்றிப்பேச நமக்கு வெட்கமாய் இருக்கிறது. ஸ்ரீ ஜி. சுப்பிரமணிய ஐயர் உண்மையாகவே சுதேசிய பற்றுடையவர். ஆனால் அவர் வயது முதிர்ந்து தள்ளாதவராகிவிட்டார். அவருக்கு ஸகாயம் கிடையாது. மற்றபடி ஜனத்தலைவர்களென்ற பேர் வைத்துக் கொண்டிருப்போர் சுதேசிய சபைகளிலே கலந்து வெகு ஆடம்பரமாகக் பேசியபோதிலும் மான்செஸ்டர் ஆடையில்லாமல் வெளியிலே புறப்படுவது கிடையாது" *(பாரதி. இந்தியா தலையங்கம், 1906).*

மேற்குறித்த நான்கு உரைநடைப் பகுதிகளையும் கூர்ந்து படித்துப் பாருங்கள்.

"பிரதாப முதலியார்" சரித்திர நூலின் உரைநடை கதை சொல்லும் போக்கில் அமைந்தது. தனிநபருடைய வாழ்க்கைச் சரித்திரம் அப்படித்தான் அமைந்திருக்கும். இரண்டாவது எடுத்துக்காட்டு சமூக மாற்றம் ஒன்றை விவரித்துக் காட்டுவது ஆகும். எனவே இந்த நடையில் சொற்கள் – குறிப்பாக வினைச்சொற்கள் – தேர்ந்தெடுத்துப்

போடப்பட்டவையாகும். மூன்றாவதாக அமைந்த பகுதியில் கடந்த நூற்றாண்டில் ஆங்கிலம் கற்றவர்களின் "பெரிய மனிதத் தோரணை" தெரிகிறது. நான்காவதாக அமைந்த பாரதியாரின் உரைநடையில் பொதுநல உணர்வுடன் கூடிய வேகமும் விறுவிறுப்பும் தெரிகிறது.

எழுதப்படும் பொருளை மட்டும் கொண்டு உரை நடையினை வகைப்படுத்த இயலாது. யாருக்காக எழுதப்படுகிறது என்பதனையும் மனங்கொள்ளவேண்டும். விமர்சன எழுத்து, அரசியல் எழுத்து, கருத்து விளக்க எழுத்து, அறிவியல் எழுத்து, இதழியல் எழுத்து, நகைச்சுவை எழுத்து, ஆய்வுநெறி எழுத்து எனக் கொள்ளப்பெறும் பொருளுக்கு ஏற்ப நடை வேறுபட்டமைவது இயற்கை. நம்முடைய இயல்பான பேச்சுநடை கடன்கேட்கும் போதும், திருமணம் பேசும் போதும் ஒன்றாக இருப்பதில்லையே, அதுபோல்தான் இதுவும்.

எழுத்து நடை அதனைப்பெறும் மனிதர்களுக்கு ஏற்ப மாறுபட்டே அமைந்தாகவேண்டும். குழந்தை, பள்ளி மாணவர், ஆய்வு மாணவர், தொழிலாளர் எனச் சமூக இருத்தல் காரணமாகவும். நிறையப்படித்தவர் குறைந்த கல்வியுடையவர் எனக் கல்வி வேறுபாடு காரணமாகவும், அமைப்பு சார்ந்த (கட்சித்தொண்டர், தொழிற்சங்க உறுப்பினர்) மனிதர்கள் காரணமாகவும் ஒரே பொருள் வெவ்வேறு மொழிநடையில் எழுதப்படுகின்றது.

"கைத்தொழிற்புரட்சிக்கும் முதலாளித்துவ சமுதாய அமைப்புக்கும் முற்பட்ட காலமுதல் வழங்கிவருகின்ற வாய்மொழிப் பாடல்களில் – அடிப்படையில் வெவ்வேறு தொழில்களிலும் முயற்சிகளிலும் ஈடுபட்டிருக்கும் ஒத்த வாழ்க்கை நிலையிலுள்ளோரின் அனுபவ வெளிப்பாடாக முகிழ்க்கும் வாய்மொழிப் பாடல்களில் தனி மனிதர்களின் அவல மனோபாவத்துக்குப் பதிலாகக் கூட்டு வாழ்க்கையின் உறுதிப்பாடும் தன்னம்பிக்கையும் வெளிப்படுதல் குறிப்பிடத்தக்கதாகும்" *(க. கைலாசபதி, 1979).*

இந்த நடையினை இப்போது மதிப்பீடு செய்யலாம். இது அறிவழுத்தம் மிகுந்த நடை அரசியல் சார்புநிலை கொண்ட நடை விமர்சன உணர்வோடு கூடியது. வாசிப்புப் பயிற்சியும் விவாதப் பயிற்சியும் உடையோரைக் கவர்ந்திழுக்கும் நடை.

இந்த நூற்றாண்டின் தொடக்கத்தில் நாம் கண்ட நடைக்கும் இதற்குமான வேறுபாடுகள் குறிப்பிடத்தக்கவை. பகட்டில்லாத இந்த நடையில் வடமொழிச்சொற்களும் அதிகமில்லை. வெற்றுச் சொற்களும் இல்லை.

ஆனால் இந்த நடை இலக்கிய ஈடுபாடும். ஆய்வுணர்ச்சியும் கொண்டவர்களைத் தவிர மற்றவர் களைத் தன்னிடமிருந்து விலக்கிவிடுகிறது. ஆம். எல்லோர்க்கும் எல்லாப் பொருளுக்குமான உரைநடை என்பது உலகத்தில் எந்த மொழியிலும் சாத்தியமில்லை என்பதை உணரவேண்டும்.

ஒலிக்குறிப்பு: பட்பட வென்று பேசிவிட்டான்.

கிடுகிடுவென்று உடம்பெல்லாம் ஆடியது.

வெள்ளென வந்துவிட்டான்.

நறுக்கென்று கேட்டுவிட்டான்.

உவமை: பூப்போல எடு.

புலிமாதிரி பாய்ந்துவிட்டான்.

யானை மாதிரி அசைந்து அசைந்து வருகிறான்.

தீப்பட்ட வீட்டுக்கு மேல்காற்று வீசின மாதிரி.

மரபுத்தொடர்: ஏடாகூடமாய்

Idioms சறுக்கினது சாக்கு என்று

அதையே பிடித்துத் தொங்குகிறான்

சொல்லடை:	கும்பிடப்போன தெய்வம் குறுக்கே வந்தது போல
Proverbial-Phrase	பருத்தி புடவையாய்க் காய்த்தது போல
	ஊதுகிற சங்கை ஊதுவோம், விடிகிறபோது விடியட்டும்
பழமொழி :	அஞ்சு காசுக்கு குதிரையும் வேணும் அதுவும் காத்தாப் பறக்கணும்.
	அறுப்புக் காலத்திலே எலிக்கு ஆயிரம் பொண்டாட்டி

நல்ல உரைநடையின் பண்புகள் தாம் யாவை? நல்ல உரைநடை என்பது இயல்பான மனிதனைப்போல எளிமையானதாக இருக்கவேண்டும். பேச்சுமொழியோடு முடிந்த அளவு இணக்கமானதாக இருக்க வேண்டும். நீண்ட வாக்கியங்களை உடையதாக அது இருத்தல் கூடாது. முடிந்த அளவு பிறமொழிச் சொற்களை நீக்கியதாகவும், புழங்கு சொற்களை நிறையக் கொண்டதாகவும் இருப்பது நல்லது. இதற்கு மேலான துல்லியமான வரையறையை நாம் தர இயலாது.

10.

இலக்கியமும் சிற்பமும்

எல்லாக் கலைகளும் மனித வாழ்க்கையில் இருந்து பிறந்தவைதாம். மனித வாழ்க்கையின் தேவைகளையும், நம்பிக்கைகளையும், அழகுணர்ச்சியையும் வெளிப்படுத்துபவைதாம். எனவே இவற்றுக்கு இடையில் உள்ள தொடர்பும் தவிர்க்க முடியாதது. சில கலைகள் ஒன்றுக்கு ஒன்று மிக நெருக்கமாக அமைந்திருக்கும். வேறு சில கலைகள் பல கலைகளுக்கு நடுவில் நாயகமாக அமர்ந்திருக்கும். இலக்கியம் அப்படிப்பட்ட நாயகக் கலைகளில் ஒன்று.

நம் மரபுவழி இலக்கியங்கள் பெரும்பாலும் கவிதை வடிவில் அமைந்தவை. கவிதையும் இசையும் பிரிக்கமுடியாத் தன்மை கொண்டவை. இலக்கியம், வரலாறு ஆகிய இரண்டு கலைகளும் காலம் என்கிற பரிமாணத்தைத் துல்லியமாகக் காட்ட வல்லவை. ஒன்று தளர நேரிடும்போது மற்றொன்று கைகொடுக்கும் தன்மை வாய்ந்தவை. இலக்கியத்தோடு நெருங்கிய தொடர்புள்ள மற்றொரு கலை சிற்பக்கலையாகும். ஒளிப்படங் களும், திரைப்படங்களும் மனித மூளையில்

தொ. பரமசிவன்

பேராட்சி செலுத்தும் காலமிது. எனவே சிற்பக் கலையினுடைய அருமை பெருமைகளை நாம் உணராமல் போய்விட்டோம்.

செதுக்கவேண்டிய சிற்பம் கடவுளானாலும், மனிதனானாலும் அந்த உருவத்தை மனத்தில் கற்பனை செய்கிறான் சிற்பக் கலைஞன். அந்தக் கற்பனை அந்தரத்தில் பிறப்பது அன்று. அவனுடைய வாழ்க்கை அனுபவங்களோடு ஒட்டிப் பிறப்பதாகும். அதைப்போன்று அழகியல் அனுபவம் வேறு யாருக்கேனும் கிடைத்து இருக்கிறதா? என்று பார்க்கிறான். பெரும்பாலும் முன்பிறந்த இலக்கிய அனுபவங்கள் அவனுக்குக் கைகொடுக்கின்றன. அத்தகைய கவிதைகளை மனத்துள் வரித்துக் கொள்கிறான். கண்ணை மூடிக்கொண்டு கவிதையைச் சொன்னால் மனத்தில் அந்த உருவம் அப்படியே வந்து நிற்கிறது.

பெருமாள் கோயில்களில் திருமங்கையாழ்வாரின் சிலையைப் பார்த்திருக்கிறீர்களா? அவர் மணக்கோலத்தில் வந்த இறைவனை வேலைக் காட்டி அச்சுறுத்தி வழி மறிக்கிறார். திருமால் ஆகிய இறைவன் அவரது வலது காதிலே எட்டெழுத்தால் ஆன நாராயண மந்திரத்தை உபதேசித்துத் திருத்துகிறார். இறைவனால் ஆட்கொள்ளப் பட்டபின் திருமங்கையாழ்வாரின் தோற்றம் எப்படி இருந்தது என்பதனை ஒரு கவிஞன் கவிதையாக்குகிறான். இந்தக் கவிதையைச் சிற்பமாக்குகிறான் மற்றொரு கலைஞன். மெத்தப்பணிவாக, மார்பில் வேலை அணைத்தபடி. ஒரு கையால் வாய் புதைத்து, தலையைச் சற்றே முன்புறம் சாய்த்து, எதையோ கேட்கும் பாவனையில் அமைந்த சிலையினைப் பாருங்கள். சிலையைப் பிறப்பித்த பாட்டு இதுதான்.

> மறையுரைத்த மந்திரத்தை மால்உரைக்க, அவன்முனே
> மடிஒதுக்கி மனம்ஒடுக்கி வாய்புதைத்து ஒன்னலார்
> கறைகுளித்த
> வேல் அணைத்து நின்றஇந் நிலைமைஎன்
> கண்ணை விட்டகன்றிடாது கலியன்ஆணை ஆணையே

பாட்டினை நினைத்தபடியே சிற்பத்தைப் பார்த்தால் மனம் ஒடுக்கிய செய்திகூடக் கண்ணுக்குப் புலப்படும். கலையின் வெற்றி இதுதான். எழுத்தாணியாலே ஏட்டிலே கவிஞன் வடித்த பாட்டு, சிற்பக்கலைஞனால் உளியினைக் கொண்டு கல்லிலே வடிக்கப்பட்டு விட்டது. இவ்வகை யான பாட்டுகளை வடமொழியாளர் "தியான சுலோகம்" என்று குறிப்பிடுவர்.

தமிழர்களின் சிற்பக்கலைத் திறைமையை உலகிற்குக் காட்டிய சிற்பங்களில் முதன்மையானது நடராசரின் ஆனந்தத் தாண்டவச் சிற்பமாகும். கல்லிலும் செம்பிலும் இந்த ஆனந்தத் தாண்டவ நடராசச் சிற்பத்தைத் தமிழக மெங்கும் கோயில்களில் காணலாம். இந்தச் சிற்பத்தின் கலை அழகினையும், தத்துவப் பிற்புலத்தையும் குறித்துக் கலை அறிஞர் 'ஆனந்த கென்டிஷ் குமாரசாமி' எழுதிய 'சிவ நடனம்' என்னும் ஆங்கில நூல் உலகக் கலை வரலாற்றில் புகழ்பெற்ற நூலாகும்.

மாமன்னன் முதலாம் இராசராசன் இந்தச் சிற்பத்திற்கு 'ஆடல் வல்லான்' எனப் பெயரிட்டான். அவன் காலத்தில்தான் (கி.பி. 985–1010) இந்தச் சிற்ப வடிவம் சிறப்புப் பெற்றதாகத் தெரிகிறது. திருநாவுக்கரசரின் பாடல் ஒன்று இச்சிற்பத்திற்கு உரிய அடிப்படையாகும்.

குனித்த புருவமும் கொவ்வைச் செவ்வாயிற்
  குமிண் சிரிப்பும்
பனித்த சடையும் பவளம் போல் மேனியிற்
  பால் வெண்ணீறும்
இனித்த முடைய எடுத்த பொற்பாதமும்
  காணப் பெற்றால்
மனித்தப் பிறவியும் வேண்டுவதே
  இந்த மாநிலத்தே.

இந்தப் பாட்டை நினைத்துக் கொண்டு அந்த ஆனந்தத் தாண்டவச் சிற்பத்தைப் பாருங்கள். சிற்பக் கலையினை இலக்கியக்கலை வழிநடத்திய உண்மை உங்களுக்குப் புலப்படும். ஊர்ஊராகத் தமிழ்நாட்டில்

காணக் கிடைக்கிற நடராசரின் செப்புத் திருமேனிகளில் நுணுக்கமான வேறுபாடுகளும் பல உண்டு.

எடுத்துக்காட்டாக ஒன்றைச் சொல்லலாம். ஆடல்வல்லானின் நடனச் சிற்பங்களில் அவர் முயலகனின் முதுகின் மீது ஒரு காலை ஊன்றி ஆடுவது மரபு. ஆனால் தஞ்சை மாவட்டம் திருநல்லூரில் மட்டும் அவரது ஊன்றிய கால் முயலகனின் தலைமீது பதிந்திருக்கும். பொது விதிக்கு மாறாக இந்தச் சிற்பம் அமைந்தது ஏன் என்ற வினாவுக்கு விடை இலக்கியத்தில் கிடைக்கிறது. தேவாரத்தில் அப்பர் தம் திருநல்லூர்ப் பதிகத்தில்

> நனைந்தனைய திருவடிஎன் தலைமேல் வைத்தார்
> நல்லூர் எம்பெருமானார் நல்லவாறே

என்று பாடுகிறார். அப்பரின் தலைமீது சிவன் திருவடி வைத்த ஊர் என்பதனால் முயலகனின் தலைமீதும் திருவடி வைத்தது போல் சிற்பி கற்பனை செய்திருக்கிறான். சிற்பக்கலைஞன் மீது கவிஞன் செலுத்திய செல்வாக்கிற்கு இது ஓர் அடையாளம்.

பூம்புகாருக்கருகில் மேலப்பெரும் பள்ளம் என்றொரு ஊர். இதன் பழைய பெயர் திருவலம்புரம், இந்த ஊரின் சிவபெருமான் செப்புத் திருமேனியில் 'வட்டணை படவந்த நாயகர்' என்று எழுத்துப் பொறிப்பும் உள்ளது. 'வட்டணை' என்பது நடனக்காரன் ஆடியவாறே ஆடுகளத்தை விரித்துக் கொண்டே செல்வதாகும். இது ஒரு நாட்டியக் கலைச் சொல். ஆடல் வல்லானாகிய சிவபெருமான்,

> வட்டணைகள் படநடந்து மாயம் பேசி
> வலம்புரமே புக்கங்கு மன்னினாரே

என்பது அப்பர் தேவாரத்தில் திருவலம்புரப் பதிகத்தில் வரும் ஓர் அடியாகும். இந்த அழகு நடையினை அப்படியே சிற்பமாகச் செய்துவிட்டான் ஒரு கலைஞன். அவன் கற்பனைக்குக் கைகொடுத்தது அப்பரின் தேவாரப்

பாடலாகும். நடனம் ஆடியபடி அமைந்த இந்தச் சிற்பம் தமிழகக் கலைச்செல்வங்களில் குறிப்பிடத்தக்கதாகும்.

பாளையங்கோட்டை அழகிய மன்னார் இராசகோபாலசாமி கோயிலில் அடுத்தடுத்த தூண்களில் இரண்டு புடைப்புச்சிற்பங்கள் உள்ளன. இவை கி.பி. பத்தாம் நூற்றாண்டின் நடுப்பகுதியைச் சேர்ந்தவை. ஒன்றில் அசோகவனத்தில் சீதை ஒரு மரத்தடியில் சிறிய மேடையொன்றில் அமர்ந்திருக்கிறாள். எதிரில் அனுமன் கைகட்டி வாய்புதைத்து நிற்கிறான். பணிவுக்கு அடையாளமாக அவன் வால் கீழ்நோக்கித் தொங்கு கிறது. அடுத்த தூணில் ஓடத்தில் சீதை, இலக்குவன் அமர்ந்திருக்கின்றனர். குகன் ஓடத்தைச் செலுத்துகிறான். சிற்பத்துக்குக் கீழே "இத்தூணின் நாமம் ஸ்ரீஹநுமன்" என்று ஒரு கல்வெட்டு. அனுமன் இருக்கிற தூணை விட்டுவிட்டு குகன் இருக்கிற தூணில் அனுமன் பெயர் ஏன் இடம்பெற்றது? இந்த இடத்திலும் இலக்கியம்தான் சிற்பத்தைப் புரிந்து கொள்ள நமக்குத் துணைசெய்கிறது.

பெரியாழ்வார் திருமொழியில் "செறிந்த கருங்குழல் மடவாய்" என்று தொடங்கும் பதிகம். அசோகவனத்தில் அனுமன் தான் இராமனின் தூதன் என்பதைச் சீதைக்கு மெய்ப்பிக்கப் பலவகை அடையாளங்களைச் சொல்கிறான். ஏனென்றால் சீதைக்கு அனுமனை அதுவரை யாரென்று தெரியாது. இதுதான் முதல் தூணில் உள்ள சிற்பத்தின் பொருள். அவன் கூறும் அடையாளங்களில் ஒன்று. குகனோடு இராமன் கொண்ட தோழமை உணர்வாகும். மற்றையோர் கூற அனுமன் இந்தச் சிறிய நிகழ்ச்சியினை அறிந்து கொண்டவன். 'நீ என் தோழன்' என்று கூறிக் குகனை இராமன் ஏற்றுக்கொண்ட இந்த நிகழ்ச்சியினை,

> கூரணிந்த வேல்வலவன் குகனோடும் கங்கைதன்னில்
> சீரணிந்த தோழமை கொண்டதும்ஓர் அடையாளம்

எனக்கூறி குகனை அனுமன் நினைவுபடுத்துகிறான். இதனால் தான் (முதல் தூணில் அனுமனைக் காட்டி,

அடுத்த தூணில் குகனைக் காட்டி, குகனைக் காட்டும் சிற்பத் தூணுக்கு 'அனுமன்' என்று பெயர் சூட்டியிருக்கிறார்கள். ஏழாம் நூற்றாண்டுக் கவிதை பத்தாம் நூற்றாண்டில் சிற்பமாகி இருக்கிறது.

கி.பி. ஒன்பது, பத்தாம் நூற்றாண்டுகளில் இராமகதைச் சிற்பங்கள் (குறிப்பாக இவ்விரண்டு காட்சிகளும்) தமிழ்நாடு முழுவதும் பரவலாகக் காணப்படுகின்றன. இராமகதையின் கங்கை காண்படலம், குகப்படலம், சூளாமணிப்படலம் ஆகியவற்றுக்கான உணர்வினைக் கம்பன் இந்தச் சிற்பங்களிடம் இருந்தே பெற்றுக் கொண்டிருக்கவேண்டும். இலக்கியக் கலை சிற்பத்தை வளர்க்க, சிற்பக்கலை மீண்டும் இலக்கியத்தை வளர்த்திருக்கிறது; பெருங்கவிஞர்களுக்கும் கவிதைக்கான உந்துசக்தியைத் தந்திருக்கின்றது.

பெருங்கவிஞர் சேக்கிழாரின் பெரிய புராணத்துக்கு அவர் காலத்திய கல்வெட்டுகளும் சிற்பங்களும் பேருதவி செய்தன. கும்பகோணத்துக்கு அருகில் உள்ள தாராசுரம் கோயிலின் அடித்தளத்தில் அறுபத்து மூன்று நாயன்மார் சிற்பங்களும் செதுக்கப்பட்டுள்ளன. சேக்கிழார் காலத்துக்குச் சற்று முந்திய காலத்துச் சிற்பங்கள் இவை. இவற்றின் கீழே சிறிய கல்வெட்டுகள், மெய்ப்பொருள் நாயனாரின் சிற்பத்துக்குக் கீழே உள்ள தொடர் "தத்தாநமர் என்ற மிலாடுடையார்" என்பதாகும். மெய்ப் பொருள் நாயனாரின் ஒற்றைச் சேவகரின் பெயரும் அவர் கடைசியாகப் பேசிய செய்தியும் சேக்கிழாருக்கு இச்சிற்பத்தி லிருந்தும் கல்வெட்டிலிருந்துமே கிடைத்திருக்கின்றன. சேக்கிழார் இந்தப் பெயரினையும் செய்தியினையும் 'தத்தா நமரே காண் என்று தடுத்து வீழ்ந்தார்' என்று பெரியபுராணத்தில் அப்படியே எடுத்தாண்டிருக்கிறார்.

காலந்தோறும் இப்படிப் பல எடுத்துக்காட்டுகள் உண்டு. இவற்றிலிருந்து நாம் பெறுகின்ற செய்திதான் என்ன? கோயில் சிற்பங்கள் ஒரு தனிமனிதனின் கற்பனையில்

நாள் மலர்கள்

மட்டும் பிறந்தவை அல்ல. அவற்றுக்கு வரலாற்றுப் பிற்புலமும் இலக்கியப் பிற்புலமும் உண்டு. சிற்பிகளும், இலக்கியவாதிகளும் ஒருவர் மற்றவரின் கலையின் மீது ஆர்வம் கொண்டிருக்கிறார்கள். மதித்திருக்கிறார்கள்.

நுண்கலைகள் எனப்படும் கலைகள் அனைத்துமே தம்மில் ஒன்றுக்கொன்று தொடர்புடையன. ஒன்றை யொன்று வளர்ப்பன. தாங்கள் பிறந்த காலத்தின் கண்ணாடியாகத் திகழ்வன. அவை அனைத்துமே தனிமனிதர் வழியாக வெளிப்பட்டாலும் சமூகத்தின் படைப்புகளே. இலக்கியத்தையும் சிற்பத்தையும் ஒருங்கே நோக்கும் போது நமக்குக் கிடைக்கின்ற செய்தி இதுதான்.

11

கவிதை மொழிபெயர்ப்பு

மனித இனத்தை வாழ்வித்த கலைகளில் ஒன்று மொழிபெயர்ப்பு ஆகும். மொழிபெயர்ப்பு என்பது ஒரு சொல்லுக்குச் சரியான பொருளை இன்னொரு மொழியில் தேடுவது என்பதன்று. ஒரு மொழி பேசும் மக்கட் கூட்டத்தின் உணர்வு நலத்தை, சிந்தனை வீச்சை, வாழ்க்கைத் தேடலை இன்னொரு மொழிபேசும் கூட்டத்திற்குக் கொண்டு செல்வதே மொழிபெயர்ப்பு ஆகும். அது மனிதக் கூட்டங்களை ஒன்றாக இணைத்து உலகையும் அறிவையும் விரிவு செய்வதாகும்.

மொழிபெயர்ப்பு என்னும் அருங்கலையின் விளைவாகச் சாக்ரடீசும் கார்ல்மார்க்சும் தமிழ்நாட்டிற்கு வந்தனர். தாமசு கிரேயும் தாகூரும் தமிழ்க் கவிதைக்கு உரம் சேர்த்தனர். சங்க இலக்கியங்கள் புதுவாழ்வு பெற்றன: வள்ளுவனை உலகம் அறிந்தது. பாரதியின் கவிதைகளை உலக இலக்கியம் அறிமுகம் செய்து கொண்டது.

நாள் மலர்கள்

சிந்தனை வீச்சுடைய தொன்மையான மொழிகளில் தமிழும் ஒன்றாக இருந்தது. எனவே கிறித்துவின் காலத்திற்கு முன்னரே தமிழில் மொழிபெயர்ப்பு முயற்சிகள் தோன்றின.

> தொகுத்தல் விரித்தல் தொகைவிரி மொழிபெயர்த் (து)
> அதர்ப்பட யாத்தல்

எனத் தொல்காப்பியர் மொழிபெயர்ப்பு நூல்களையும் நூல் வகைக்கணக்கில் எடுத்துக்கொள்கிறார்.

"நாடா கொன்றோ . . . ." எனத் தொடங்கும் ஔவையாரின் புறநானூற்றுப்பாடல், பாலி மொழியில் அமைந்த 'தம்மபதம்' என்னும் பௌத்த நூலில் 'அரகந்தவர்க்கம்' என்னும் பகுதியில் பேசப்படும் அறநூல் கருத்தின் நேரடி மொழிபெயர்ப்பே என்பதை மு.கு. செகநாதராசா நிறுவியுள்ளார். மணிமேகலையின் 'சமயக் கணக்கர்தம் திறங்கேட்ட காதை'யில் பெரும்பகுதி சிறந்த மொழிபெயர்ப்புக்கு எடுத்துக்காட்டாய் விளங்கு வதை மயிலை சீனி. வேங்கடசாமி ஆராய்ந்து காட்டி யுள்ளார். அச்சு இயந்திரம் வருவதற்கு முன்னரே தமிழில் இவ்வாறான மொழிபெயர்ப்பு முயற்சிகள் நிறையவே உண்டு. 19ஆம் நூற்றாண்டின் நடுப்பகுதியில் இருந்து இவ்வகையான கொள்வினை கொடுப்புவினை முயற்சிகள் தமிழில் பேரூக்கம் பெற்றன.

சிறந்த 'தமிழ் மாணவன்' ஆன அறிஞர் ஜி.யு. போப் திருக்குறளை ஆங்கிலத்தில் மொழிபெயர்த்தார். தமிழர் தத்துவமான சைவசித்தாந்தத்தை உலகிற்குக் காட்டுவதற்குத் திருவாசகத்தை ஆங்கிலத்தில் மொழிபெயர்த்தார். பின்னர் 'திருவருட்பயன்' என்ற சைவ சாத்திர நூலையும் ஆங்கிலத்தில் மொழிபெயர்த்தார். தமிழரின் தொன்மையான நாகரிக அடையாளமாகத் தாம் கண்ட புறப்பொருள் வெண்பாமாலையினையும் அவர் ஆங்கிலத்தில் மொழி பெயர்த்தார்.

இருபதாம் நூற்றாண்டில் இலக்கிய உலகம்தான் முதலில் உலகை ஒரு குடும்பம் ஆக்கியது. அத்தகைய

இலக்கியக் கருவிகளில் 11ஆம் நூற்றாண்டுப் பாரசீகக் கவிஞன் உமர்கய்யாமின் 'ரூபயாத்' என்னும் நாலடிச் செய்யுள் தொகுப்பும் ஒன்று. எட்வர்டு ஃபிட்ஜெரால்டின் *(Edward Fitzgerald)* ஆங்கில மொழிபெயர்ப்பின் வாயிலாக உலகம் அப்பெருங்கவிஞனை அறிந்தது. இன்று தமிழ் உட்பட உலகின் பெரும்பான்மையான மொழிகளில் உமர்கய்யாம் கவிதைகள் சுவைக்கப்படுகின்றன.

தமிழில் உமர்கய்யாம் கவிதைகளை மூவர் கவிதையாக மொழிபெயர்த்தனர். ஒருவர் கவிமணி தேசிக விநாயகம் பிள்ளை. அடுத்தவர் ச.து.சு. யோகியார், மூன்றாமவர் சாமி. சிதம்பரனார். மூன்று மொழிபெயர்ப்புகளும் 1930 முதல் 1950 க்குள் வெளிவந்துள்ளன. மூன்றும் ஃபிட்ஜெரால்டின் ஆங்கில மொழிபெயர்ப்பைத் தழுவி எழுந்தனவே. மூல நூலான பராசீக மொழியிலிருந்தல்ல.

கதை, கட்டுரை வடிவங்களைவிடக் கவிதை வடிவமே மொழிபெயர்ப்பில் மிகச் சிக்கலானதாகும். அது 'காற்றைப் பிடித்துக் கரகத்தில் அடைப்பது மாதிரி' என்பார் அ. சீனிவாச ராகவன். மூலமொழியின் சொற்பொருளையும், சொல் உணர்த்தும் பொருளையும் இலக்கு மொழிக்குக் கொண்டு வருவது கயிற்றிலே நடப்பது போன்றதாகும். இதனை ஓர் எடுத்துக்காட்டின் வழிக் காணலாம். இசுலாமியக் கட்டிடக்கலை மரபில் மிக உயர்ந்த தூண் கோபுரங்கள் (மினரா) ஒரு தனிப்பண்பாகும். ஆங்கிலத்தில் இதனை *'Turret'* என்பர். காலையில் எழும் சூரியஒளி முதலில் இந்தக் கோபுரத்தில் படுவது இயற்கை.

ரூபாயத்தில் முதல் பாடலில் வரும் இந்தச் செய்திக்கு,

The Hunter of the East
Has caught the Sultan's turret in a noose of light

கிழக்குத் திசையிலிருந்து வரும் வேட்டைக்காரனான சூரியன் சுல்தான் அரண்மனையின் தூண் கோபுரத்தைத் தன்னுடைய ஒளிமுடிச்சுகளால் பிடித்துக்கொண்டான் என்பது பொருள். இதனைக் கவிமணி

தாலத்தொரு கீழ்த்திசை வேடன்
 தாங்கும் கதிரின் கண்ணிகளால்
சீலக்கோமான் திருக்கோயில்
 சிகரம் கொண்டான் காணீரோ

என்று மொழிபெயர்த்தார். இதனையே ச.து.சு. யோகியார்

.... செங்கதிரோன் வானத்தில்
கூடும் இரவினையும் கூடத்துரத்தி சுல்தான்
மாடத்தை மின்வாளால் மாட்டினான் விழித்தெழு நீ

என்று மொழிபெயர்க்கிறார்.

நிறைந்த ஒளிச் சூரியனும்
 நீலநிறக் கடல்மீது
  பொன்பூசி நிமிர்ந்து தோன்றிக்
கறையிருளில் மினுமினுத்த
 விண்மீன்கள் ஒளி மழுங்கக்
  கதிர்வீசிக் கிழக்கே வந்தான்
சிறந்த தமிழ்க் கரிகாலன்
 அரண்மனையின் சிகரத்தே
  தன் கிரணம் சிந்தினானே

என்பது சாமி சிதம்பரனாரின் மொழிபெயர்ப்பு ஆகும்.

இருளிலேயே கிடந்த தூண்கோபுரத்தைக் கிழக்கிலிருந்து வந்த சூரியன் நோக்கியும் விரைந்து வந்தும் பற்றிக் கொண்டான். 'caught' என்னும் ஆங்கிலச்சொல் சூரியனின் இயக்கத்தைக் காட்டும் சொல்லாகும். இந்தப் பொருண்மை யோகியாரின் "மாட்டினான்" என்ற சொல்லைவிடச் சாமி சிதம்பரனாரின் 'சிந்தினான்' என்ற சொல்லைவிடக் கவிமணியின் 'கொண்டான்' என்ற சொல்லின் முழுமையாக வெளிப்படுகிறது. மேலும் 'Noose of light' என்ற ஆங்கிலச் சொல்லுக்குக் 'கதிரின் கண்ணிகள்' என்ற கவிமணியின் மொழிபெயர்ப்பே சரியானதாகப்படுகிறது.

இனி, ஒரு பாடல் முழுவதுமே எடுத்துக் கொண்டு ஒப்பிட்டுக் காணலாம்.

தொ. பரமசிவன்

Here with a loaf of bread beneath the Bough
A Flask of wine, a Book of Verse and Thou
Beside me singing in the Wilderness –
And wilderness is paradise enow.

இந்தப் பாடலைக் கவிமணி கீழ்க்காணுமாறு மொழிபெயர்க்கிறார்.

வெய்யிற்கேற்ற நிழலுண்டு
வீசும் தென்றல் காற்றுண்டு
கையில் கம்பன் கவியுண்டு
கலசம் நிறைய மதுவுண்டு
தெய்வகீதம் பலவுண்டு
தெரிந்து பாட நீயுண்டு
வையந் தனில் இவ்வனமன்றி
வாழும் சொர்க்கம் வேறுளதோ.

இதே பாடலை.

மாதவிப்பூங் கொடி நிழலில்
மணிக்கவிதை நூலொன்றும்
தீதறுசெந் தேன் மதுவும்
தீங்கனியும் – பக்கத்தில்
காதலி நீ பாட்டிசைத்துக்
கனிவோடு கூடுவையேல்
ஏதுமினிக் கவலையில்லை
இதுவன்றோ பரமபதம்.

என்று யோகியார் மொழிபெயர்க்கிறார்.

வரிவண்டு மலர்தோறும்
தேனருந்திப் பண்பாடும்
வனத்தின்கண் செழித்து நிற்கும்

ஒரு மரத்தின் பெரு நிழலும்
சுவையுணவும் கனிரசமும்
உயர்புலவன் பாடல் நூலும்

இருண்ட குழல் கிளிமொழியே
நான்வேண்டும் சுகவாழ்வு
பிறிதொன்றில் இன்பம் உண்டோ ?

எரிந்தமனம் குளிர்ச்சிபெற
அருகிருப்பாய் 'இசைபாடி
இன்பத்தேன் பாய்ச்சு வாயே

என்பது சாமி. சிதம்பரனாரின் மொழிபெயர்ப்பாகும்.

இனி, இம்மூன்றினையும் ஒப்பிட்டுக் காண்போம். ஃபிட்ஜெரால்டின் பட்டியலில் முதலில் இடம்பெறுவது ரொட்டித்துண்டு. உமர்கய்யாமின் பாரசீக மூலத்தில் இது ஆட்டின் தொடை இறச்சி (சந்துக்கறி) என்று இருப்பதாக அறிஞர் கூறுவர். இதனை யோகியார் 'தீங்கனி' என்கிறார். சாமி. சிதம்பரனார் 'சுவையுணவு' என்கிறார். கவிமணியின் பட்டியலில் இது விடுபட்டுப்போகிறது. 'Flask' என்ற ஆங்கிலச் சொல்லைக் கவிமணி 'கலசம்' என்கிறார். யோகியாரும் சிதம்பரனாரும் இதனை விட்டுவிடுகின்றனர். 'Wine' என்ற சொல்லை 'மது' என்று கவிமணியும் 'தீதறு செந்தேன் மது' என்று யோகியாரும், 'கனிரசம்' என்று சிதம்பரனாரும் குறிப்பிடுகின்றனர். 'Beneath the Bough' என்பது சிறிய ஆனால் குளிர்ந்த நிழல் என்பதனைக் குறிக்கும். இதனை 'மாதவிப்பூங்கொடி நிழல்' என்று சிதம்பரனார் குறிப்பிடுகிறார். 'A Book of Verse' கவிமணிக்கோ 'கம்பன் கவிதை' யோகியாருக்கோ 'மணிக்கவிதை நூல்', சிதம்பரனாருக்கு 'உயர்புலவன் பாடல் நூல்'.

இவையெல்லாம் சொல்லளவிலான வேறுபாடுகள். ஆயினும் இவற்றைச் சொற்கள் என்று மட்டும் கழித்துவிட முடியாது. இவையே கவிதைக்கு வேகமும் உணர்வுவெம்மையும் தரும் மூலக்கூறுகளாகும். குளிர்ந்த உணர்வுகளையும் கூட உணர்வு வெம்மை சான்றவனாகத்தான் நிற்கும்போதே கவிஞன் வெளிப்படுத்துகிறான். இந்த வேகமும் வெம்மையும் தமிழ்க் கவிதைகளில் எப்படி இறங்கியுள்ளன என்பதனைத்தான் நாம் கவனிக்க வேண்டும். சொற்களாகிய இழைகள் திரண்டு கவிதை பட்டுத் துணியாகின்றபோது, அதற்கொரு வண்ணமும். பொலிவும், உறுதியும் கிடைக்கின்றன. இந்தக் கூட்டு

விளைவு மொழிபெயர்ப்பில் எவ்வாறு தொழிற்படுகிறது என்பதைத்தான் நாம் கூர்ந்து கவனிக்க வேண்டும்.

உமர்கய்யாம் மதங்கள் கூறும் மறுஉலகம் பற்றிய நம்பிக்கையினை இழந்து போனவர். இந்த நம்பிக்கை யின்மை அவருக்கு வாழ்க்கையின்மீது அடங்காத சினத்தை மூட்டியது. அதே நேரத்தில் இவ்வுலகத் துன்பங்கள் அவருக்கு வருத்தத்தை ஊட்டின. இதன் எதிர்விளைவாக மறுஉலகத்தை நினைத்து இவ்வுலக இன்பங்களை விட்டுவிடுவோமோ என்ற தவிப்பும் துடிப்பும் அவரை ஆட்கொண்டன. அவர் விதிக் கொள்கையைப் பற்றிக் கொண்டார். மதுவையும் மங்கையையும் மட்டுமல்ல, அழகிய மலர்களையும் கவிதைகளையும் கூட அவர் இவ்வுலக இன்பங்களாகக் கொண்டு அனுபவிக்கின்றார். சோகமும் வெம்மையும் மிகுந்த அவரது கவிதைகளில், ‘நம்பிக்கையற்றவன் இகழ்ந்து நகையாடும் அடங்காச் சிரிப்பொலி’ கேட்பதாக எஸ். வையாபுரிப்பிள்ளை குறிப்பிடுவார். எனவே கவிஞனைப் பற்றிய இந்த உணர்வு களை அவனது கவிதைக்குரிய மொழிபெயர்ப்பில் நாம் எதிர்பார்ப்பதில் தவறில்லை.

இப்பொழுது மேற்குறிப்பிட்ட மூன்று மொழிபெயர்ப்பு களை மீண்டும் வாசித்துப் பார்க்கலாம். சிதம்பரனார் மொழிபெயர்ப்பில் அளவிறந்த சொற்களால் கவிதையின் கூர்மை சிதறிப்போகிறது. கவிமணியின் மொழிபெயர்ப்பில் உமர்கய்யாமின் வேகத்தைக் காணவில்லை. வீசும் தென்றல், கம்பன் கவிதை, தெய்வகீதம் போன்ற சொற்களில் உமர்கய்யாமின் முகத்தைவிடக் கவிமணியின் முகமே முன்வந்து நிற்கிறது. மண்ணுலகக் கவலைகளை மீற விரும்பும் உமர்கய்யாமைக் காணோம்.

பூங்கொடி நிழல், மணிக்கவிதை, தீதறு செந்தேன் மது ஆகிய யோகியாரின் அழகிய சொற்கூட்டுகள் மட்டுமல்ல கவிதையின் கடைசி அடியும் நமக்கு உமர்கய்யாமை நினைவுபடுத்துகின்றது.

ஏதுமினிக் கவலையில்லை
இதுவன்றோ பரம பதம்

உலகத்துக் கவலையை மீறவிரும்பும் உமர்கய்யாமை இந்த அடியே அடையாளம் காட்டுகிறது. இந்த அடையாளம் யோகியாரின் இந்த ஒரு பாடலில் மட்டுமல்ல அனைத்துப் பாடல்களிலும் விரவிக் கிடக்கின்றது. மூவரில் யோகியாரே உமர்கய்யாமுக்கு நெருங்கியவராகக் காணப்படுகிறார்.

சீனிவாசராாகவனின் கூற்று மறுபடியும் நினைவுக்கு வருகிறது "கவிதையை மொழிபெயர்ப்பதென்பது காற்றைப் பிடித்துக் கரகத்துக்குள் அடைப்பது மாதிரி".

12

அகராதிக் கலை

நம்மை அடிமைப்படுத்தி ஆண்ட வெள்ளையர்களால் நமக்கு விளைந்த நன்மைகள் சிலவும் உண்டு. அவை கால மாற்றத்தின் விளைவுகளாகவே நமக்குக் கிடைத்தன. அவர்களின் கருணையினால் அல்ல. அவ்வாறு புதிய மாற்றங்களைச் சந்தித்த துறைகளில் குறிப்பிடத்தக்கது கல்வித்துறையாகும். "அனைவருக்குமான கல்வி", "கல்வி தருவது அரசின் கடமை" ஆகிய உணர்வுகள் மக்களிடம் பெருகி வளர்ந்த போது கல்விக்கூடங்களின் எண்ணிக்கையும் கற்பவர் எண்ணிக்கையும் பெருகின. கல்வி நுட்பங்களும் கல்விக்கான கருவிகளும் மாறின, பெருகின.

கற்றவர்கள் எல்லாம் அறிவுடையவர்கள், அறிவில்லாதவர்கள் கற்க மாட்டார்கள் என்பது நமது சமூகத்தில் நிலவி வரும் தவறான கருத்தாகும். உண்மையில் அறிவு என்பது வேறு.

கல்வி என்பது வேறு. அதனால்தான் வள்ளுவர் 'கல்வி', 'அறிவுடைமை' என்று இரண்டு தனித்தனி அதிகாரங்கள் வைத்தார். மனிதனின் இயல்பான புரிதிறனையே அறிவு எனச் செல்லலாம். அது வளரக்கூடிய தன்மையினை உடையது. கல்வி என்பது முயற்சியுடன் கூடிய பயிற்சியாகும். கல்விப் பயிற்சி என்பது எழுத்து அறிவு சார்ந்தது ஆகும். இதற்கான கருவிகள் காலந்தோறும் வளர்ச்சிபெற்றுவந்துள்ளன. புறநிலைக் கருவிகளான எழுது கருவிகள், ஐரோப்பியரின் வருகையினை ஒட்டி தாள், மை, தொட்டெழுதும் பேனா, மை ஊற்றுப் பேனா என வளரத்தொடங்கி இன்று நாள்தோறும் வளர்ந்து வந்து கொண்டிருக்கின்றன. இது போலவே அகநிலைக் கருவி களின் வளர்ச்சியினையும் நாம் கணக்கில் எடுத்துக்கொள்ள வேண்டும். அவற்றில் குறிப்பிட்டுச் சொல்ல வேண்டியது அகராதி எனப்படும் 'அகர முதலி' ஆகும்.

'சொற்களை அகர வரிசைப்படி அடுக்குவது அகராதி' என்று மட்டுமே நாம் பொதுவாகப் புரிந்து கொள்கிறோம். நவீன எழுதுகருவிகளைப் போலவும், நாவல், சிறுகதை போன்ற புனைகதை வடிவங்களைப் போலவும் அகராதியும் ஐரோப்பியர் கொண்டு வந்தது என்றே நம்மில் பலரும் கருதுகின்றனர். ஆனால் அகராதிக் கலையின் தோற்றம், வளர்ச்சி ஆகியவற்றை அறிவதற்கு தமிழ் போன்ற தொன்மையான மொழிகள் நமக்கு வாய்ப்பு அளிக்கின்றன. அகராதி (Dictionary) தெசாரஸ் (Thesaurus) லெக்சிகன் (Lexicon) கன்கார்டன்ஸ் (Concordance), க்ளோசரி (Glossary) என்சைக்ளோபீடியா (Encyclopedia) முதலிய ஆங்கிலச் சொற்களின் பொருள் வேறுபாட்டை நம்மில் பெரும்பாலோர் இன்னும் அறிந்துகொள்ளவில்லை.

தமிழில் முதன்முதலாக அகராதி என்ற சொல்லை இன்றுள்ள அதே பொருளில் பயன்படுத்திய நூல்

கி.பி. 1594 இல் எழுதப்பட்ட 'அகராதி நிகண்டு' என்பதாகும். இதன் ஆசிரியர் சிதம்பரத்தில் இருந்த ரேவண சித்தர் என்பவர். இது ஆங்கிலத்தின் முதல் அகராதி பிறப்பதற்கு முன்பு பிறந்தது என்பதை இங்கு நினைவில் கொள்ள வேண்டும்.

அகராதியில் உள்ளதுபோலச் சொல்லுக்குச் சொல் பொருள் விளக்கம் செய்யும் முறை தமிழில் தொல்காப்பியர் காலத்திலேயே தொடங்கிவிட்டது. தொல்காப்பியர் உரியியலில் 163 சொற்களுக்குப் பொருள் விளக்கம் தருகிறார். எடுத்துக்காட்டாக, 'செழுமை வளனும் கொழுப்பும் ஆகும்' என்ற நூற்பாவிற்கு நமக்கு எளிதாகப் பொருள் விளங்குகிறது.

'ஐ வியப்பாகும்' என்பது மற்றொரு நூற்பா. குழந்தைகள் வியப்பிற்குரிய பொருளைக் கண்டால் 'ஐ' யென வியப்பொலி எழுப்புவது இயற்கை. இந்த உரிச் சொல்லுக்குத்தான் தொல்காப்பியர் பொருள் விளக்கம் தருகிறார்.

கி.பி.8ஆம் நூற்றாண்டில் இருந்து உரிச்சொல் பனுவல் எனப்படும் நிகண்டு நூல்கள் தமிழில் பெருகின. நிகண்டு என்னும் வடசொல்லுக்கு தொகுதி, கூட்டம் என்பது பொருளாகும். தமிழில் இதுவரை 35 நிகண்டு நூல்கள் கண்டுபிடிக்கப்பட்டு அச்சிடப்பட்டுள்ளன. இவை அனைத்தும் 19ஆம் நூற்றாண்டுக்கு முன்னர்ப் பிறந்தவை ஆகும். இவற்றில் குறிப்பிட்டுச் சொல்லத் தகுந்தவை கி.பி.9ஆம் நூற்றாண்டில் பிறந்த திவாகர நிகண்டு (9500 சொற்களுக்கு விளக்கம்), கி.பி. 10ஆம் நூற்றாண்டில் பிறந்த பிங்கல நிகண்டு (14700 சொற்களுக்கு விளக்கம்). கி.பி. 16ஆம் நூற்றாண்டில் மண்டலபுருடர் என்பவர் ஆக்கிய சூடாமணி நிகண்டு (11000) சொற்களுக்கு விளக்கம்) ஆகிய மூன்றும் ஆகும்.

தெய்வப்பெயர், மக்கட்பெயர், விலங்கினப்பெயர் எனப் பெயர்ப்பிரிவுகளோடு அமையும் நிகண்டுகள் இறுதியாக ஒருசொல் பல்பொருள், பல்பொருள் ஒருசொல் என முடியும். நிகண்டுகளின் முற்பகுதி முழுவதும் கருத்துக்குத் தேவையான சொற்களை நமக்குத் தருவன. கருத்துக்குத் தேவையான சொற்களைத் தரும் நூலைத் தான் ஆங்கிலத்தில் 'தெசாரஸ்' (சொற்களஞ்சியம்) என்று குறிப்பிடுகிறோம். ஆங்கிலத்தில் முதல் தெசாரஸ் நூல் கி.பி. 1858இல் பீட்டர் மார்க் ரோஜட் என்பவரால் செய்யப்பட்டது. தமிழில் இத்தகைய சொற்களஞ்சிய நூல்கள் (நிகண்டுகள்) கி.பி. 9ஆம் நூற்றாண்டிலேயே தோன்றியுள்ளன என்பது குறிப்பிடத்தக்கது.

இதனைப் பின்பற்றியே இத்தாலி நாட்டவரான பெஸ்கி என்னும் வீரமாமுனிவர் சதுரகராதியினை (கி.பி. 1732) நான்கு பிரிவுகளாகச் செய்தார். சதுரகராதியில் நான்காவது பிரிவான தொகை அகராதி என்பது பின்வந்த அகராதி நூல்களுக்கு வழிகாட்டியாகும். ஆங்கில மொழியில் சாமுவேல் ஜான்சன் செய்த அகராதி நூல் இதற்குப் பதினைந்து ஆண்டுகள் பிற்பட்டதாகும். ஜோசப் கான்ஸ்டன்டின் பெஸ்கி என்ற பெயரோடு 1710இல் தமிழ்நாட்டுக்கு வந்து, வீராரியன் (வீரமாமுனிவர்) என்ற பெயரினைச் சூட்டிக்கொண்டு, சதுரகராதி செய்ததோடு அவரது பணி நிற்கவில்லை. தமிழில் இருமொழி அகராதியினையும், மும்மொழி அகராதியினையும் அவரே முதன்முதலில் ஆக்கிக் காட்டினார். தமிழ் – இலத்தீன் அகராதி, இலத்தீன் – தமிழ் அகராதி (கி.பி. 1742). தமிழ் – பிரெஞ்சு அகராதி (கி.பி. 1744). தமிழ் – ஆங்கில அகராதி, போர்ச்சுகீய – இலத்தீன் – தமிழ் அகராதி (கி.பி. 1744) ஆகியவெல்லாம் அவரது படைப்புகள் ஆகும். சைவ, வைணவ சமயங்களில் சமஸ்கிருதம் ஆதிக்கம்

செலுத்தியதுபோல அவரது காலத்தில் ரோமன் கத்தோலிக்க மதத்தில் 'இலத்தீன்' புனித மொழியாக ஆதிக்கம் செலுத்தியது. எனவே வீரமாமுனிவர் 'இலத்தீன்' மொழிக்கு முன்னுரிமை தந்தது வியப்புக்குரிய செய்தியில்லை.

வீரமாமுனிவரைத் தொடர்ந்து ஐரோப்பியர் பலர் (இவர்கள் அனைவரும் கிறித்துவ மறை பரப்புநர்கள்) தமிழ் அகராதித் துறையில் ஆர்வம் காட்டினர். பெப்ரீசியஸ் (Fabricius) தமிழ் – ஆங்கில அகராதி (இ.பி. 1779), ராட்லர் (Radier) தமிழ் ஆங்கில அகராதி (கி.பி. 1884) வின்சுலோ (Rev. M. Winslow) ஆங்கிலம் தமிழ் அகராதி (கி.பி. 1844), பெர்சிவல் (Rev. Peter Percival) ஆங்கிலம் – தமிழ் அகராதி (கி.பி. 1846) போப் (Rev. G.U.Pope) தமிழ் ஆங்கில அகராதி (இ.பி. 1859) ஆகியவை இவ்வகையில் குறிப்பிட்டுச் சொல்லத் தகுந்தன ஆகும்.

இருபதாம் நூற்றாண்டு பிறந்தபொழுது, உள்நாட்டவராகிய தமிழரும் அகராதித்துறையில் ஆர்வத்தோடு தம்மை ஈடுபடுத்திக் கொண்டனர். அதன் விளைவாகத் தமிழ் நாட்டவர் செய்த தமிழ் அகராதிகள் பல தோன்றின.

யாழ்ப்பாணம் கதிரைவேற் பிள்ளை அகராதி (1904), பவானந்தம் பிள்ளையின் தமிழ் அகராதி (1904), இராமநாதனின் இருபதாம் நூற்றாண்டுத் தமிழ் அகராதி (1909), காஞ்சி நாகலிங்க முதலியாரின் காரனேசன் தமிழ் அகராதி (1911), கா.நமச்சிவாய முதலியாரின் தமிழ்மொழி அகராதி (1918), சென்னைப் பல்கலைக்கழகத்தின் தமிழ்ப் பேரகராதி (1924–1936) ஆகியவை இவ்வகையில் குறிப்பிடத்தக்கன. இவற்றுள் சென்னைப் பல்கலைக்கழகத் தமிழ்ப் பேரகராதியில் ஒரு இலட்சத்து நாலாயிரத்து நானூற்றைந்து சொற்கள் இடம்பெற்றன.

ஆங்கில மொழி அளவுக்கு இல்லையென்றாலும் இன்று தமிழில் அகராதியின் வகைகள் பலவாகப் பெருகி யுள்ளன. சிறுவர்க்கான அகராதிகள், கையடக்க அகராதிகள், எதுகைமோனை அகராதிகள், மரபுத்தொடர் அகராதிகள், வழக்குத்தொடர் அகராதிகள். வட்டார வழக்கு அகராதிகள். கலைச்சொல் அகராதிகள். பழமொழி அகராதிகள் எனப் பலவகை அகராதிகள் கடந்த ஐம்பதாண்டுகளில் தமிழில் நிறைய வெளிவந்துள்ளன. இவைதவிரச் சொல்லடைவுகள் (Index), சொற்றொகைகள், (con- cordance) ஆகிய துறையிலும் சில நூல்கள் வெளிவந்துள்ளன.

தமிழ் அகராதிக்கலையின் வளர்ச்சி பற்றி புதுவை சுந்தர சண்முகனார், வ. ஜெயதேவன் ஆகியோர் நூல் எழுதியுள்ளனர். அண்மையில் தமிழ் அகராதி வரலாற்றினை கிரகோரி ஜேம்ஸ் என்ற அமெரிக்கர் ஆராய்ந்து 'சொற்பொருள்' என்ற பெயரில் ஆங்கிலத்தில் ஒரு நூலை எழுதியுள்ளார்.

தமிழில் இன்று வெளிவந்துள்ள கணிப்பொறி மென்பொருட்கள் தம்முள் அகராதியினையும் கொண்டுள்ளன. எழுத்துப் பிழைதிருத்தி (spell check), சந்திப்பிழை திருத்தி, சொற்பிழை திருத்தி ஆகிய நுட்பங்கள் அவற்றுள் இணைக்கப்பட்டுள்ளன.

ஒரு மொழியில் பிழையில்லாமல் சொற்களை எழுதுவதும், சரியான சொல்லைப் பயன்படுத்துவதும் கல்விப் பயிற்சியின் அடிப்படைகள் ஆகும். இதற்கான துணைக்கருவிகளே அகராதிகள். சொல்லும் கருத்தில் தெளிவு கிடைப்பதற்கு உதவுவன அவை. பொருள் விளக்க அகராதி (தெசாரஸ்)களும், கலைக்களஞ்சியங்களும் எடுத்துக்கொண்ட வேலையினை விரைந்து செய்து முடிக்கச் சொல்லடைவு (index)களும், சொற்றொகை (Concordance) களும் நமக்குத் துணைநிற்கும் கருவிகளாகும்.

அறிவியல் வளர்ச்சி எத்துணை விரைவாக இருந்தாலும் ஒரு மொழியின் உயிர் அதனைப் பேசும் மக்களிடத்தில்தான் உள்ளது. தாய்மொழியில் நிறையச் சொற்களைத் தெரிந்து வைத்திருப்போர்க்குக் கல்விப் பயிற்சி எளிமையானதாக அமையும். ஏனென்றால் மரபுவழி அறிவுத் தொகுதி என்பது தாய்மொழியின் சொற்களுக்குள்தான் புதைந்து கிடக்கிறது.